CÔNG ĐỨC PHÓNG SINH

CÔNG ĐỨC PHÓNG SINH

NGUYỄN MINH TIẾN

PHÁP SƯ VIÊN NHÂN
NGUYỄN MINH TIẾN soạn dịch

CÔNG ĐỨC PHÓNG SINH

UNITED BUDDHIST PUBLISHER
NHÀ XUẤT BẢN LIÊN PHẬT HỘI

LỜI NÓI ĐẦU

Giáo lý của đạo Phật tuy rất sâu xa mầu nhiệm nhưng cũng vô cùng thiết thực, gần gũi; tuy nói tánh không, giải thoát, nhưng cũng không rời sự sống của muôn loài; tuy nói hành thiền, quán tịnh, nhưng nhất cử nhất động cũng đều vì lợi ích của tất cả chúng sinh. Bậc chân tu giác ngộ từ xưa nay chưa từng nghĩ đến việc lìa khỏi chúng sinh phiền não để riêng mình được phần giải thoát. Chính đức Phật Thích-ca cũng từng thị hiện trải qua biết bao khó nhọc, suốt bốn mươi chín năm không một phút nghỉ ngơi để rộng truyền Chánh pháp khắp nơi.

Vì thế, đạo giải thoát không phải chỉ ở nơi thâm sơn cùng cốc, mà luôn hiển hiện quanh ta. Ngày nào chúng ta chưa thấy được điều ấy, chưa vận dụng được những lời dạy của đức Phật vào ngay trong cuộc sống hằng ngày, thì chúng ta chưa thể thực sự hưởng được phần lợi ích vô biên của giáo pháp. Và cũng vì thế, việc nghe hiểu được giáo pháp là điều vô cùng quý báu, nhưng vẫn chưa thể nào so sánh được với giá trị của việc thực hành giáo pháp. Chỉ có thực hành giáo pháp mới mang lại sự an vui lợi lạc cho chính ta và mọi người quanh ta; chỉ có thực hành giáo pháp mới giúp ta trực tiếp cảm nhận được những ý nghĩa sâu xa và mầu nhiệm trong từng lời dạy của đức Thế Tôn; và chỉ có thực hành giáo pháp mới có thể giúp ta xa lìa những khổ đau của thế tục, ngày một tiến gần hơn đến cảnh giới an lạc, giải thoát. Những ai có may mắn được tiếp xúc với giáo pháp, được đọc hiểu giáo pháp, nhưng nếu không tự mình thực hành thì cũng chẳng khác nào kẻ đếm tiền giúp cho người khác, trọn đời không có được chút giá trị quý báu nào cho chính mình.

Trong vô số những pháp môn phương tiện mà đức Phật đã từng chỉ dạy, chỉ có phương pháp phóng sinh là dễ thực hành nhất mà có thể sớm mang lại hiệu quả nhất. Sở dĩ như vậy, vì phóng sinh là trực tiếp giải cứu sinh mạng cho chúng sinh, mà sinh mạng lại chính là giá trị cao cả nhất, được trân quý nhất của tất cả chúng sinh. Giải cứu được sinh mạng cho chúng sinh tức là giúp chúng sinh giữ lại được cái giá trị cao cả nhất, đáng trân quý nhất. Như vậy, thử hỏi còn có việc làm nào ý nghĩa hơn, đáng làm hơn chăng? Chỉ một việc phóng sinh đơn giản dễ làm mà có thể gieo được cái nhân lành thù thắng không gì so sánh được, đó là cứu vớt sinh mạng cho những chúng sinh sắp phải nhận lấy cái chết. Dù là xét theo lý lẽ thường tình của thế gian hay theo giáo pháp nhân quả của Phật dạy, cũng đều có thể thấy được là việc làm ấy đáng trân trọng biết bao nhiêu, chắc chắn sẽ mang lại kết quả to lớn biết bao nhiêu!

Mặc dù vậy, trong thực tế cũng có nhiều người không thấy được những ý nghĩa rất thiết thực của việc phóng sinh. Họ biện luận vòng vo, đưa ra lý này lẽ khác, luôn cho rằng việc phóng sinh thực ra chẳng có ý nghĩa gì!!! Vì sao vậy? Điều không thể phủ nhận là thói quen giết hại của con người từ xưa đến nay đã quá nặng nề. Có khi giết để ăn thịt, có khi giết để lấy da, xương, lông, sừng... và các bộ phận khác của thú vật mà sử dụng, nhưng cũng lắm khi giết hại chỉ vì lòng hiếu sát, chỉ vì để mua vui, giải trí trong chốc lát... Than ôi! Những kẻ xem thường sinh mạng muôn loài như thế ngày nay thật nhiều không kể xiết, mà người thực hành phóng sinh chỉ lác đác như đếm được trên đầu ngón tay. Vì thế, mặc cho có những người tích cực phóng sinh, mà số loài vật bị giết hại vẫn dường như không thấy giảm thiểu chút nào! Chính vì nhìn thấy thực trạng như vậy mà rất nhiều người đã nản lòng thối chí, cho rằng những nỗ lực phóng sinh chẳng qua cũng chỉ như dã tràng xe cát, nào có ích lợi gì!

Nhưng cách suy nghĩ như thế thật là cạn cợt và vô lý. Cho dù kẻ giết hại nhiều, người phóng sinh ít, cũng không thể vì thế mà chúng ta lại bỏ đi việc làm tốt đẹp của chính mình. Ví như sau một trận động đất, người chết nhiều như rơm rạ, mà người còn sống sót chẳng có bao nhiêu, dù nỗ lực suốt ngày trời chẳng qua cũng chỉ tìm cứu được một vài sinh mạng. Nhưng cũng không thể vì thế mà bỏ đi công việc tìm kiếm cứu nạn. Hơn nữa, lại càng phải dốc sức đào bới, tìm kiếm tích cực hơn, may ra còn có thể kịp thời cứu sống được những nạn nhân khốn khổ đang bị đè trong đất đá. Cũng vậy, đồng loại của chúng ta càng ra sức giết hại, thì ta càng phải tích cực hơn trong việc phóng sinh, hầu có thể cứu chuộc được phần nào những tội lỗi nặng nề mà những kẻ si mê kia đang ngày đêm tạo tác.

Mặt khác, cũng có không ít người mang nặng ý tưởng phân biệt giữa sự sống của con người với sự sống của loài vật. Họ cho rằng chỉ có con người mới thực sự có quyền được sống, còn loài vật sinh ra vốn chỉ để phục vụ đời sống con người (!), dù có giết chết bao nhiêu con vật cũng chẳng có gì là tội lỗi! Thật ra, những lập luận như thế thường chỉ là tự dối gạt chính mình, để bảo vệ cho việc làm sai trái của mình mà thôi. Vì hầu hết những người đưa ra lập luận như thế nhưng khi nhìn thấy cảnh những con vật bị giết chết, bị hành hạ đau đớn, cũng đều không thể dửng dưng vô sự, mà đều có sự động tâm thương xót tự trong sâu thẳm của lòng mình. Sở dĩ như thế là vì sự sống vốn không hề có phân biệt, cho dù là những con vật nhỏ hay lớn, sống trên cạn hay dưới nước, cũng đều biểu lộ những phẩm tính hoàn toàn giống nhau đối với sự sống còn. Tất cả đều thực hiện tham sống sợ chết, đều biết sợ hãi, đau đớn, mừng vui, yêu thương, oán giận... Như thế thì dựa vào đâu để tự cho rằng chỉ có con người mới có quyền được sống? Hơn nữa, nếu như trên thế giới này chỉ còn lại duy nhất loài người, liệu chúng ta có vui sống được hay chăng?

Thật ra, muốn thấu hiểu mọi ý nghĩa sâu xa của việc phóng sinh cũng không phải là việc dễ dàng. Vì thế, các vị Tổ sư từ xưa nay đã có không ít vị dành trọn cuộc đời để tuyên dương, giảng giải và khuyến khích mọi người cố gắng làm việc phóng sinh. Trong tập sách này, chúng tôi ghi lại những lời dạy của Pháp sư Viên Nhân, một bậc cao tăng thạc đức, người đã hết lòng cổ xúy cho việc phóng sinh. Sự giảng giải của ngài, tuy nhiều chỗ đơn sơ mà không kém phần sâu sắc, thể hiện rõ trí tuệ của một bậc cao tăng thực tu thực chứng, hy vọng có thể qua đó mà giúp cho nhiều người hiểu sâu thêm về ý nghĩa và công đức của việc phóng sinh.

Chúng tôi biên soạn sách này gồm hai phần, nhắm đến việc giảng dụ từ những ý nghĩa căn bản nhất cho đến sâu xa, thâm thúy nhất của việc phóng sinh. Vì thế, hy vọng là có thể phù hợp với nhu cầu tìm hiểu của đông đảo độc giả, từ những người đã am hiểu phần nào cho đến cả những người sơ cơ chưa từng nghe biết đến.

Về phần giảng, ngoài những lời dạy của Lão Pháp sư Viên Nhân, chúng tôi cũng dẫn thêm quan điểm, ý kiến cũng như lời dạy của nhiều vị Tổ sư, các bậc danh tăng từ xưa nay, kể cả những vị đương đại. Trong phần này, phần lớn tư liệu là do chư tăng ở Viện Chuyên tu (Đại Tòng Lâm) cung cấp. Chúng tôi xin chân thành cảm ơn và ghi nhận sự đóng góp quý báu của quý thầy.

Về phần dụ, chúng tôi ghi lại những câu chuyện xưa nay minh họa cho ý nghĩa và kết quả của việc phóng sinh, chủ yếu là cho thấy việc thực hành phóng sinh được phước báu ra sao, cũng như việc giết hại sinh mạng phải chịu những quả báo như thế nào. Trong phần này, ngoài sự giúp đỡ của quý thầy ở Viện Chuyên tu, chúng tôi cũng nhận được tập sưu tầm của Sư cô Linh Lạc, do Sư cô Linh Bửu chuyển đến, và đặc biệt là chuyện kể của Đại đức Thích Nhuận Châu ở Tịnh thất Từ Nghiêm (Đại Tòng Lâm). Chúng tôi xin chân thành cảm ơn sự giúp đỡ nhiệt tình của quý thầy và quý sư cô trong việc thực hiện tập sách này.

Qua những lời giảng giải và những câu chuyện có xưa, có nay, hội đủ các yếu tố cổ kim, chúng tôi hy vọng có thể giúp cho tất cả mọi người đều thấy rõ được giá trị của việc cứu vật phóng sinh cũng như sự nguy hại của việc giết hại sinh mạng mà sớm có một sự chuyển hướng tốt đẹp trong đời sống.

Tâm nguyện duy nhất của chúng tôi khi thực hiện tập sách này là mong sao có thể góp được một phần nhỏ bé trong việc khơi dậy lòng từ bi sẵn có nơi tất cả mọi người, khiến cho ai ai cũng thực hành việc giới sát phóng sinh, giúp cho loài vật sớm có được một cuộc sống an lành, không bị giết hại.

Trong quá trình thực hiện, chắc chắn không thể tránh khỏi ít nhiều sai sót, kính mong các bậc tôn túc trưởng thượng rộng lòng chỉ bảo và quý vị độc giả gần xa niệm tình tha thứ.

NHỮNG NGƯỜI THỰC HIỆN

PHẦN I.

CÔNG ĐỨC PHÓNG SINH

LỜI DẪN

Kinh *Phạm Võng* dạy rằng "*Người Phật tử nếu lấy tâm từ mà làm việc phóng sinh thì thấy tất cả người nam đều là cha mình, tất cả người nữ đều là mẹ mình. Vì mình trải qua nhiều đời đều do đó mà sinh ra, nên chúng sinh trong sáu đường đều là cha mẹ của mình. Nếu giết hại sinh mạng để ăn thịt tức là tự giết cha mẹ mình, cũng là giết thân cũ của mình. Tất cả đất, nước là thân trước của mình. Tất cả gió lửa là bản thể của mình. Cho nên, thường thực hành phóng sinh thì đời đời sinh ra thường gặp Chánh pháp. Khuyên dạy người làm việc phóng sinh, nếu thấy người đời giết hại súc vật, nên tìm phương tiện để giải cứu, khiến cho chúng được thoát khổ nạn.*"[1]

Đức Phật có trí tuệ vô thượng, trong kinh *Phạm Võng* đã sớm có lời ân cần khẩn thiết khuyên răn chúng ta. Giới sát phóng sinh thì tiêu trừ nghiệp chướng, lại trưởng dưỡng được tâm từ bi. Đức Phật còn nói rõ rằng: "*Chúng*

---

[1] Kinh Phạm Võng: 若佛子。以慈心故行放生業。一切男子是我父，一切女人是我母。我生生無不從之受生。故六道眾生皆是我父母。而殺而食者，即殺我父母，亦殺我故身。一切地水是我先身，一切火風是我本體。故常行放生，生生受生常住之法。教人放生，若見世人殺畜生時，應方便救護解其苦難。(Nhược Phật tử dĩ từ tâm cố hành phóng sanh nghiệp. Nhất thiết nam tử thị ngã phụ ,nhất thiết nữ nhân thị ngã mẫu. Ngã sanh sanh vô bất tùng chi thọ sanh. Cố lục đạo chúng sanh giai thị ngã phụ mẫu. Nhi sát nhi thực giả, tức sát ngã phụ mẫu, diệc sát ngã cố thân. Nhất thiết địa thuỷ thị ngã tiên thân, nhất thiết hỏa phong thị ngã bản thể. Cố thường hành phóng sanh, sanh sanh thọ sanh thường trụ chi pháp. Giáo nhân phóng sanh, nhược kiến thế nhân sát súc sanh thời, ưng phương tiện cứu hộ, giải kỳ khổ nạn.)

sinh trong sáu đường đều là cha mẹ ta, cứu vật sống được tức là cứu được cha mẹ ta."

Mỗi một chúng sinh đều là anh em, thân quyến, cha mẹ, con cái từ nhiều kiếp đến nay của chúng ta. Nếu đem nhãn quan của mình mở rộng đến chân tướng vô hạn của không gian, thời gian, của vũ trụ, đối diện với thân quyến của mình lúc bị bắt, bị nhốt, bị giết, bị ăn thịt... vẫn không cố gắng tận tâm mà rụt rè do dự; không gấp rút mà giải cứu họ, thật chẳng bằng loài cầm thú.

Tuy nhiên, chính như Đại sư *Ấn Quang*,[1] tổ thứ 13 của *Liên tông* có nói: "*Việc giới sát phóng sinh tuy cạn cợt dễ thấy, mà cái lý của giới sát phóng sinh thì sâu mà khó hiểu.*" Trong thời mạt pháp mờ mịt như ngày nay, Chánh pháp suy vi, ma đạo thịnh hành, tánh người ngu tối thấp hèn, chúng sinh nghiệp chướng sâu nặng, bị vô minh che lấp, không có trí tuệ để chọn lấy pháp môn thù thắng, đơn giản dễ thực hành này; không có phước báu để tiêu trừ sát nghiệp vô tận nhiều đời tạo nên. Vì vậy nên đề xướng việc phóng sinh ngày nay thật là khó khăn, thường gặp phải sự cản trở phê phán rất nhiều. Thường thường vừa gặp phải sự phê bình, thì có nhiều cư sĩ phóng sinh đã mất hẳn niềm tin, sinh lòng thối chuyển, tiếp đó thì bỏ đi cơ hội tiêu trừ nghiệp chướng.

Khó làm mà làm được mới đáng quý! Trong thời mạt pháp hôm nay, có một vị không sợ bị chê cười, phỉ báng, dị nghị; bất kể sự phê bình cản trở khó khăn, đối với việc phóng sinh vẫn cật lực đề xướng. Đó là Lão Pháp sư Viên Nhân. Lão Pháp sư đối với cư sĩ đến thỉnh pháp đều khuyến

---

[1] Đại sư Ấn Quang (1862-1940): Tổ sư đời thứ 13 của Liên tông, tức Tịnh độ tông.

khích: "*Phải hết lòng niệm Phật, lấy giới làm thầy.*" Ngoài ra đối với việc giới sát phóng sinh đặc biệt nhấn mạnh, chú trọng. Lão Pháp sư thường hay khuyên răn chúng ta: "*Phóng sinh tức là trả nợ, trả vô số nợ sát sinh từ nhiều đời nhiều kiếp đến nay. Người đời nay nhiều bệnh tật đau khổ, đều là do thiếu món nợ sát sinh từ kiếp trước mà có. Trả nợ sát sinh, chỉ có phương pháp hay nhất là phóng sinh. Cứu mạng kẻ khác cũng như cứu mạng mình, tức là trả món nợ sát sinh trước kia đã thiếu.*"

Lão Pháp sư Viên Nhân dạy: "*Nhân quả báo ứng như bóng theo hình. Sát sinh tự có ác báo của sát sinh. Phóng sinh tự có thiện báo của phóng sinh. Đừng nên để ý đến sự phê bình, hủy báng của kẻ khác. Chúng ta thực hành thiện nghiệp của mình, kẻ khác tạo ác nghiệp của chính họ. Mai sau quả báo hiện tiền, thiện ác nhân quả báo ứng tuyệt đối không bao giờ sai được.*"

Dưới sự chỉ dạy của Lão Pháp sư, những cư sĩ phóng sinh chẳng những tiêu trừ được túc nghiệp mà trong quá trình phóng sinh lại càng nuôi dưỡng được tấm lòng từ bi, thể hội được chân lý: Vạn vật chúng sinh bình đẳng nhất như, đều có đầy đủ tánh Phật, đều có thể thành Phật. Sự chuyển biến của loại tâm từ bi này chẳng phải hạng người chỉ biết phê phán, chỉ trích kia có thể lãnh hội được trong muôn một.

Trong nghĩa cử cao đẹp của việc phóng sinh, bao nhiêu những chứng bệnh ung thư, ác tật đều tiêu mất trong vô hình. Bao nhiêu sự kiện cảm ứng nhiệm mầu thật chứng, từ miệng các cư sĩ thường xuyên kể lại. Bao nhiêu hình ảnh của loài vật cảm ơn thị hiện trước mắt. Quyển sách *Công đức phóng sinh* này hy vọng có thể khiến cho càng nhiều người hiểu rõ được sự thù thắng của việc phóng sinh, từ đó mà tự mình cố gắng làm công việc từ bi phóng sinh. Cũng hy vọng khiến cho những người đối với việc phóng sinh có sự nghi ngờ và phê bình, qua sự giảng giải trong sách này có thể cải chính một số thiên kiến của chính mình, không cản trở kẻ khác phóng sinh nữa; lại tiến thêm một bước để bỏ ác làm lành, rộng khuyên người đời phóng sinh.

Qua lời dạy của Lão Pháp sư Viên Nhân, mong sao người nghe có thể một truyền ra mười, mười truyền ra trăm ngàn... khiến cho người người đều khởi tâm từ bi, đều thực hiện việc phóng sinh. Nhờ đó mà phát triển việc giới sát, ăn chay, khiến cho mọi sự tàn bạo trong xã hội được tiêu trừ, tuần hoàn tăng trưởng, đất nước an lành, nhân dân thịnh vượng, vạn vật muôn loài trong trời đất đều được vui thú hồn nhiên, hưởng trọn tuổi đời.

CHƯƠNG I: PHÓNG SINH LÀ GÌ?

Thế nào gọi là phóng sinh? Phóng sinh tức là nhìn thấy các loại chúng sinh có mạng sống đang bị bắt nhốt, giam cầm, sắp sửa bị giết hại, kinh hoàng lúng túng, mạng sống trong phút giây nguy ngập, liền phát lòng từ bi tìm cách cứu chuộc. Như vậy tức là hành vi giải thoát, phóng thích, cứu lấy mạng sống.

Luận *Đại Trí độ* dạy rằng: "*Trong tất cả các tội ác, tội sát sinh là nặng nhất. Trong tất cả các công đức, không giết hại là công đức lớn nhất.*" Tại sao phải phóng sinh? Nói một cách đơn giản, phóng sinh tức là cứu chuộc mạng sống. Chúng ta đã tạo sát nghiệp nặng nề từ nhiều đời nhiều kiếp đến nay. Kinh Hoa Nghiêm dạy rằng: "*Nếu ác nghiệp này có hình tướng thì cho đến cùng tận hư không cũng không dung chứa hết.*" Chúng ta ngay trong kiếp này tạo nghiệp giết hại chúng sinh quả thật đã không thể tính đếm được, huống chi là đã tạo trong nhiều đời nhiều kiếp!

Nên biết chân lý: "*Có nợ phải trả, có tội phải báo.*" Xét lại tự thân mình đã tạo biết bao nghiệp giết hại, chẳng tránh khỏi phải khủng hoảng, xấu hổ, thật không đất dung chứa! Sao có thể không tự mình kịp thời sám hối, cố gắng phóng sinh, hầu mong đền trả nợ nần trong muôn một! Việc phóng sinh có thể trưởng dưỡng tấm lòng từ bi của mình. Nên khởi lòng bi mẫn phóng sinh, xem sinh mạng của loài vật như sinh mạng của chính mình. Được vậy thì sẽ chẳng cuồng vọng, điên đảo nữa; sẽ chẳng tạo nghiệp giết hại nữa; sẽ chẳng thiếu món nợ sát sinh nữa; nên chẳng phải luân hồi thọ báo nữa.

Kinh *Dược Sư Lưu Ly bổn nguyện công đức* dạy rằng: "*Cứu thả các sinh mạng được tiêu trừ bệnh tật, thoát khỏi các tai nạn.*" Người phóng sinh tu phước, cứu giúp muôn loài thoát khỏi khổ ách thì bản thân không gặp các tai nạn.

Phóng sinh có những công đức gì?

Công đức phóng sinh rộng lớn vô biên, không thể tính đếm. Nay xin nói đại lược như sau:

1. Không có nạn đao binh, tránh được tai họa chiến tranh tàn sát.
2. Sống lâu, mạnh khỏe, ít bệnh tật.
3. Tránh được thiên tai, dịch họa, không gặp các tai nạn.
4. Con cháu đông đúc, đời đời xương thạnh, nối dõi không ngừng.
5. Chỗ mong cầu được toại nguyện.
6. Công việc làm ăn phát triển, hưng thạnh, gặp nhiều thuận lợi.
7. Hợp lòng trời, thuận tánh Phật, loài vật cảm ơn, chư Phật hoan hỷ.
8. Giải trừ oán hận, các điều ác tiêu diệt, không lo buồn, sầu não.
9. Vui hưởng an lành, quanh năm đều được an ổn.
10. Tái sinh về cõi trời, hưởng phước vô cùng. Nếu có tu Tịnh độ thì được vãng sinh về thế giới Tây phương Cực Lạc.

Trong kinh *Hoa nghiêm*, phẩm *Phổ Hiền hạnh nguyện* dạy rằng: "*Chúng sinh thương yêu nhất là sinh mạng, chư Phật thương yêu nhất là chúng sinh. Cứu được thân mạng chúng sinh thì thành tựu được tâm nguyện của chư Phật.*"

Sau khi phóng sinh, tự mình có những thay đổi gì?

Phóng sinh có thể nuôi dưỡng lòng từ bi của chúng ta. Trong khi thực hiện việc phóng sinh, chúng ta nhân đó có thể thấu hiểu được chân lý vạn vật đều bình đẳng, đều có cảm giác, đều có tánh Phật, đều có thể thành Phật. Nhờ đó, chúng ta có thể khởi tâm từ bi với hết thảy chúng sinh, lại còn tôn trọng trân quí. Tiến thêm một bước nữa, trong cuộc sống hằng ngày có thể thực hiện việc giới sát, ăn chay, cứu giúp sinh mạng muôn loài; các điều ác không làm, các điều thiện cố gắng làm; khởi tâm từ bi đối với tất cả muôn loài trên thế gian.

Nên biết rằng, tâm Phật là từ bi. Khi chúng ta nuôi dưỡng lòng từ bi thì tâm ta với tâm Phật hợp nhau, chư Phật hoan hỷ thì tự nhiên dễ có sự cảm ứng đạo giao, việc học Phật tự nhiên dễ dàng thành tựu.

Trong kinh *Phạm võng, Bồ Tát Giới sám văn* có dạy: "Phật tử không được tự mình giết hại, dạy người giết hại, dùng phương tiện giết hại, tán thành việc giết hại, hoặc thấy người khác giết hại mà vui mừng tán thành. Tất cả các loài có sự sống, có sinh mạng, đều không được giết hại. Bồ Tát phải luôn phát khởi, gìn giữ tâm từ bi, hiếu thuận, dùng phương tiện mà cứu mạng, bảo vệ cho tất cả chúng sinh. Người thích sát sinh thì làm ngược với bốn tâm vô lượng: *từ, bi, hỷ, xả*. Như vậy là phạm vào tội *ba-la-di* của hàng Bồ Tát."

Tại sao hiện nay có nhiều người phản đối và chỉ trích việc phóng sinh? Phóng sinh là phương pháp dễ dàng nhất để tiêu trừ nghiệp chướng, lại đơn giản dễ làm. Chỉ cần phát tâm tùy thời, tùy chỗ, một người hay nhiều người, nhiều tiền hay ít tiền đều có thể phóng sinh. Chính vì phóng sinh thù thắng nhiệm mầu như vậy, mà nhiều đời nhiều kiếp đến nay chúng ta có biết bao nhiêu oan gia trái chủ, tà ma ngoại đạo, đều không muốn chúng ta tiêu trừ nghiệp chướng, thành tựu đạo nghiệp một cách đơn giản như vậy. Vì thế nên chúng dùng trăm phương nghìn kế để tăng trưởng vô minh, làm lẫn lộn sự thấy nghe, mê hoặc nhân tâm, cản trở người ta phóng sinh.

Kinh *Chánh pháp niệm* có dạy: "*Tạo một ngôi chùa chẳng bằng cứu một sinh mạng.*" Công đức phóng sinh to lớn đến như thế!

Hỏi: Có thể nào nói rõ một cách đơn giản đạo lý của việc phóng sinh?

Đáp: Có những điểm rất dễ thấy, dễ biết như sau:

1. Nhân quả báo ứng như bóng theo hình, mảy may không sai chạy. *Gieo nhân gì thì gặt quả ấy*, đó là chân lý ngàn đời không thay đổi. Phóng sinh tức là cứu sống sinh mạng. Đã gieo nhân lành ắt phải được quả lành. Cản trở và phê phán việc phóng sinh tức là làm phương hại việc cứu sống sinh mạng. Đã gieo nhân ác ắt phải gặt quả ác.

2. Muôn loài chúng sinh đều có sự sống, đều biết tránh nơi hung dữ, tìm chỗ an lành; đều biết tham sống sợ chết, đều có vui, buồn, yêu, ghét... Người thực hiện việc phóng sinh thì loài vật đều âm thầm cảm ơn và luôn mong có dịp báo đáp.

3. Muôn loài chúng sinh đều có đủ tánh Phật như chúng ta, nếu so sánh với nhau đều không hơn, không khác. Chỉ vì ác nghiệp trước đây sâu nặng, nên chúng phải sinh làm các loài súc sinh. Ngày nào nghiệp chướng tiêu trừ, phát tâm tu tập thì cũng đều có thể chứng thành quả Phật. Vì thế, ngày nay thực hiện việc phóng

sinh, cứu được một mạng sống, cũng giống như cứu được một vị Phật trong tương lai.

4. Muôn loài chúng sinh cùng với ta trong luân hồi từ vô thủy đến nay đều đã từng là anh em, thân quyến. Vì thế, ngày nay thực hiện việc phóng sinh cũng giống như cứu vớt người thân của mình.

5. Muôn loài chúng sinh cùng với ta trong luân hồi quá khứ đều đã từng là oan gia cừu địch. Vì thế, ngày nay thực hiện việc phóng sinh là cơ hội có thể hóa giải oán thù, chấm dứt sự oan oan tương báo.

Hỏi: Nay dù chúng ta cố sức làm việc phóng sinh, nhưng còn biết bao người khác vẫn khăng khăng tìm cách bắt giết, như vậy thì có ý nghĩa gì?

Đáp: Người phóng sinh có công đức của việc phóng sinh. Kẻ bắt giết có tội lỗi của việc bắt giết. Chúng ta là người tạo công đức của chính mình, người khác bắt giết gây ra tội lỗi của chính họ. Mọi việc trong thế gian đều tương đối tồn tại: Có thiện tất có ác, có ngay thẳng tất có gian tà. Lẽ nào vì hành động tội lỗi của kẻ khác bắt giết mà chúng ta lại không làm thiện hạnh phóng sinh hay sao? Như bác sĩ chữa trị cho bệnh nhân, cũng không thể bảo đảm bệnh nhân sẽ mãi mãi mạnh khỏe. Gặp khi mất mùa phát tâm cứu tế, cũng không thể bảo đảm dân nghèo về sau mãi mãi chẳng đói thiếu. Mọi việc trong thế gian đều là như vậy. Tại sao chỉ có một việc phóng sinh lại đặc biệt nghi ngờ? Con người hiện nay đối với việc danh lợi cá nhân trước mắt thì lỗ mãng, nóng nảy, không chút dè dặt. Nhưng đối với việc làm thiện phóng sinh thì lại vô cùng do dự, cố sức vạch lá tìm sâu để chỉ ra những chỗ không nên của việc phóng sinh, quả thật là điên đảo!

Trong kinh *Phật diệt độ hậu quan liệm táng tống* có dạy rằng: “*Nên giữ theo tâm từ, ban trải ân huệ đến muôn loài, xem thân mạng muôn loài chúng sinh như thân mạng của chính mình. Mở rộng lòng từ bi, dùng thân mình mà giúp an ổn cho muôn loài, tức là mở con đường hạnh phúc cho chúng sinh. Bảo hộ thân mạng muôn loài, thấm nhuần đến cả cỏ cây, khiến cho muôn loài đều không phải dứt tuyệt.*”[1]

Hỏi: Rất nhiều người phê phán rằng: Bỏ tiền mua những con vật để thả ra nhưng cũng không cứu sống được chúng. Như vậy thì phóng sinh nào có ý nghĩa gì?

Đáp: Cần nêu rõ mấy ý như sau. Thứ nhất, những con vật thả ra mà không sống được chỉ là một số ít. Tuyệt đại đa số những con vật phóng sinh đều được sống còn. Nếu ta không làm việc phóng sinh thì tất cả những con vật ấy đều bị giết hại. Vậy không thể vì một số ít con vật bị chết mà hoàn toàn phủ nhận nghĩa cử cao đẹp của việc phóng sinh. Như vậy há chẳng phải vì mắc nghẹn mà bỏ ăn sao? Như vậy thật vô lý.

Thứ hai, trong những con vật thả ra, dù có bị chết thì ít nhất cũng được chết trong tự do, chết trong môi trường thiên nhiên quen thuộc, cũng còn tốt hơn là bị cắt xẻo, bị chiên dầu, trải qua cực hình nước sôi, lửa đốt mà chết, đau khổ gấp trăm ngàn lần!

Thứ ba, đối với những con vật khi phóng sinh thả ra

[1] Phật diệt độ hậu quan liệm táng tống kinh: 當遵慈仁。普惠恩及群生。視天下群生身命若己身命。慈濟悲愍, 恕己安彼道喜開化。護彼若身, 潤逮草木, 無虛机絕也。(Đương tuân từ nhân. Phổ huệ ân cập quần sanh. Thị thiên hạ quần sanh thân mạng nhược kỷ thân mạng. Từ tế bi mẫn, thứ dĩ an bỉ đạo hỷ khai hoá, hộ bỉ nhược thân, nhuận đãi thảo mộc, vô hư cơ tuyệt dã.)

được sống thì chúng ta vui mừng vì đã tạo cho chúng cơ hội sống còn; đối với những con vật không may chết đi thì chúng ta nên thành tâm cầu nguyện sự tốt lành cho chúng. Bởi vì hôm nay, trong nhân duyên phóng sinh ngàn năm khó gặp này, ta đã vì những con vật ấy mà phát nguyện quy y Tam bảo: Phật, Pháp, Tăng, nên khi nghiệp ác trong kiếp này vừa dứt thì chúng vĩnh viễn chẳng còn rơi vào trong ba đường ác[1] nữa. Hơn nữa, đã được nghe ta niệm sáu chữ hồng danh "*Nam-mô A-di-đà Phật*" tức là đã được gieo hạt giống đạo pháp trong tâm, vĩnh viễn không bao giờ hư mất, chỉ chờ khi hội đủ duyên lành sẽ phát khởi đại diệu dụng. Kiếp sau nghiệp báo đã hết, được sớm chuyển thế làm người, được niệm Phật tu hành, chứng thành Phật quả, còn có thể trở lại *Ta-bà* cứu độ vô số chúng sinh khổ nạn.

Trong kinh Phật có dạy rằng, nếu không giết hại, làm việc phóng sinh thì được quả báo tuổi thọ dài lâu; giữ giới không giết hại thì giải trừ được mọi oán thù, nuôi dưỡng được tâm từ bi, làm nảy nở hạt giống *Bồ-đề*.

---

[1] Ba đường ác: tức ba cảnh giới địa ngục, ngạ quỷ và súc sinh. Chúng sinh do tạo nhiều ác nghiệp nên phải sinh vào trong 3 cảnh giới này.

CHƯƠNG II: CÔNG ĐỨC PHÓNG SINH

Hỏi: Có thể nào giảng giải thêm về ý nghĩa sâu xa hơn nữa của việc phóng sinh trong trường hợp những con vật thả ra bị chết?

Đáp: Chúng ta có thể xem trong phẩm *Lưu thủy trưởng giả tử* thứ 16 trong kinh *Kim Quang Minh*. Tiền thân của Đức Phật có lần là con nhà trưởng giả, vì không nỡ nhẫn tâm thấy hàng vạn con cá đang dần dần bị chết khô trong vũng cạn, nên gấp rút dùng hai mươi con voi lớn chở nước đến đổ vào để cứu sống sinh mạng đàn cá, lại vì một vạn con cá ấy mà thuyết pháp, niệm Phật. Trong ngày mạng chung, số thi thể cá này tích tụ trên bờ ao, thần thức của chúng được vãng sinh lên cõi trời *Đao-lợi*, hưởng phước không cùng. Nay xin trích dẫn nguyên văn trong kinh làm chứng: "*Bấy giờ, cõi đất nơi ấy chấn động dữ dội, mười ngàn con cá cùng chết đi trong một ngày. Vừa chết rồi liền được sinh về cõi trời Đao-lợi.*"[1]

Sự thật, phước báu lớn lao của việc phóng sinh còn là ở chỗ thực hiện nghi thức phóng sinh, bao gồm việc quy y, niệm Phật. Loài súc sinh trong lúc sắp chết, thử hỏi có mấy con may mắn được quy y Phật, Pháp, Tăng? Lại còn được các vị pháp sư và cư sĩ đều vì chúng mà niệm Phật cầu nguyện cho được siêu độ. Nhờ đó mà nghiệp báo mau dứt, sớm được ra khỏi ba đường ác, há chẳng phải phước duyên sâu dày lắm sao? Nhờ đó mà nghiệp báo súc sinh

---

[1] Kinh Kim Quang Minh, phẩm thứ 16, Lưu thủy trưởng giả tử: 爾時其地卒大震動。時十千魚同日命終。既命終已生忉利天。(Nhĩ thời kỳ địa thốt đại chấn động, thời thập thiên ngư, đồng nhật mạng chung, ký mạng chung dĩ, sanh Đao-lợi thiên."

sớm dứt, được chuyển sinh kiếp người, biết niệm Phật tu hành, nhanh chóng được vãng sinh về thế giới Tây phương Cực Lạc, há chẳng phải là nhân duyên thù thắng hay sao? Cho nên khi cư sĩ khi phóng sinh phải luôn phát tâm từ bi mà cứu chuộc sinh mạng. Thử đặt mình vào vị trí nguy kịch ấy, vì cứu lấy mạng sống đang nguy ngập mà làm việc phóng sinh. Nếu vạn nhất con vật ấy có chết đi thì chúng ta cũng không có gì phải hổ thẹn với lương tâm, đồng thời cũng đã dành cho chúng sự cầu nguyện chân thành vô hạn. Trong kinh *Quán Vô Lượng Thọ Phật* dạy rằng: "*Tâm Phật chính là tâm đại từ bi, dùng tâm từ không vướng mắc mà hóa độ khắp cả chúng sinh.*"[1]

Hỏi: Muôn loài cầm thú có đến hàng ngàn, hàng vạn, chúng ta phóng sinh làm sao thả cho hết được?

Đáp: Đức lớn của trời đất là sự sống, đạo lớn của Như Lai là từ bi. Thuận theo đạo trời thì yêu thích sự sống mà chán ghét sự giết hại. Nay ta cố gắng thực hiện việc phóng sinh, nuôi dưỡng tâm từ bi là hợp với lòng trời mà chư Phật lại hoan hỷ. Nếu như cứu được một mạng sống, công đức đã là vô lượng vô biên, huống chi là cứu được nhiều mạng sống? Đến như muôn vạn loài súc sinh, dù hết lòng cứu vớt cũng không hết, đó là do từ nhiều đời nhiều kiếp đến nay cộng nghiệp tạo thành, chẳng phải trong một lúc có thể dứt hết. Chúng ta chỉ cần đem hết khả năng mình, tùy duyên mà thực hiện việc phóng sinh. Không thể vì muôn loài súc sinh quá nhiều không giải cứu hết mà lại không ra tay cứu lấy những sinh mạng trong muôn một.

[1] Phật thuyết Quán Vô Lượng Thọ Phật Kinh: 佛心者大慈悲心是。以無緣慈普攝眾生。(Phật tâm giả, đại từ bi tâm thị. Dĩ vô duyên từ phổ nhiếp chúng sanh.)

Kinh *Đại Bát Niết-bàn* dạy rằng: "*Lòng đại từ đại bi gọi là tánh Phật.*"[1] Lại cũng dạy rằng: "*Lòng từ bi chính là Như Lai, Như Lai chính là lòng từ bi.*"[2]

Hỏi: Tôi nghĩ, thà đem số tiền làm việc phóng sinh để cứu tế cho những người nghèo khó đói thiếu, xem ra có hiệu quả thực tế hơn.

Đáp: Già cả cô độc, bần cùng khổ nạn, tuy thật đáng thương xót, nhưng mạng sống chưa đến nỗi phải mất đi trong chốc lát. Còn loài vật đang nguy ngập kia, nếu chẳng kịp cứu giúp phóng sinh thì tức khắc sẽ bị giết để nấu nướng, phải bỏ mạng trong miệng con người. Một bên là cảnh ngộ đáng thương, nhưng vẫn còn giữ được tính mạng. Một bên là chỉ mành treo chuông, mạng sống bị đe dọa. So ra bên nào gấp rút hơn đã có thể thấy ngay.

Nên biết, chúng sinh muôn loài so với chúng ta thì tánh Phật cũng đồng nhất, không sai khác. Chỉ vì vô minh che lấp, nghiệp báo nặng nề mà phải trầm luân trong cảnh giới súc sinh. Đối với tất cả chúng sinh, đức Phật đều thương yêu như đứa con duy nhất. Cứu được một mạng sống tức là cứu được một người con Phật, nên chư Phật đều hoan hỷ. Lại nữa, cứu một chúng sinh cũng như cứu được một vị Phật tương lai, vì tất cả chúng sinh đều có tánh Phật, đều có khả năng thành Phật.

Luận *Trí độ* dạy rằng: "*Trong tất cả các tội ác, tội giết hại là nặng nhất. Trong tất cả các công đức, không giết hại*

---

[1] Đại Bát Niết-bàn kinh, quyển 32: 大慈大悲名為佛性。(Đại từ, đại bi danh vi Phật tánh.)

[2] Kinh Đại Bát Niết-bàn: 慈即如來, 如來即慈。(Từ tức Như Lai, Như Lai tức từ.)

là công đức lớn nhất."[1] Trong kinh Phật cũng dạy rằng: "*Tâm từ chính là nhân duyên đem đến mọi sự an lạc.*"

Hỏi: Nếu ai ai cũng làm việc phóng sinh mà không giết hại, các loài súc sinh sẽ sinh sản càng nhiều, tương lai thế giới này há chẳng phải sẽ trở thành thế giới cầm thú hay sao?

Đáp: Như các loài kiến, mối, côn trùng... loài người không ăn chúng nó, để mặc tình chúng tự nhiên sinh sản, nhưng thế giới ngày nay có phải là thế giới của loài kiến chăng? Hay là thế giới của loài mối, của côn trùng chăng? Thật ra, những loài vật mà ta phóng sinh, khi được tự do sinh sản, được nuôi dưỡng trong thế giới tự nhiên, thì tự chúng có sự điều tiết phù hợp trong sinh thái và sinh sản cân bằng. Nghiệp ác của chúng ta hiện nay vẫn chưa được giải trừ, nếu lại cứ một mực lo lắng rằng các loài súc sinh trên thế giới sẽ quá nhiều, như vậy có khác nào người nông dân chưa xuống ruộng gieo giống mà lại cứ ngày ngày lo lắng mai sau lúa thóc chín đầy cả ruộng đồng, không sử dụng hết. Lo lắng vô cớ như thế há chẳng phải là buồn cười lắm sao?

Nên biết rằng, nhân quả báo ứng như bóng theo hình, mảy may không sai chạy. Hiện nay, trên thế giới sở dĩ cầm thú rất nhiều chính là vì trước kia những người giết cầm thú quá nhiều, nay phải hóa sinh làm cầm thú. Như người ăn dê, dê chết rồi thành người, người chết lại thành dê, sinh sinh tử tử trở thành báo oán lẫn nhau, đời đời không dứt. Vì sự oan oan tương báo như thế, cùng làm súc sinh, cho nên có thế giới cầm thú. Nếu như người người đều có

---

[1] Đại Trí độ luận, quyển 22: 諸餘罪中殺罪最重。諸功德中不殺第一。(Chư dư tội trung, sát tội tối trọng. Chư công đức trung, bất sát đệ nhất.)

thể bỏ việc giết hại, làm việc phóng sinh, thì oan nghiệp hận thù giữa súc sinh và con người sẽ dần dần tiêu mất. Cầm thú súc sinh do đó dần dần giảm thiểu, cõi người, cõi trời ngày càng thêm đông. Như nước Sở chẳng ăn ếch mà ếch lại ít dần. Nước Thục chẳng ăn cua mà cua tự nhiên ngày càng hiếm. Thời xưa đã có tấm gương sáng, chúng ta nên tự phản tỉnh, xét soi. Kinh *Đại Nhật* có dạy rằng: "*Phật pháp lấy tâm Bồ-đề làm chánh nhân, lấy lòng đại bi làm căn bản.*"

Hỏi: Khuyên những người làm nghề sát sinh thay đổi nghề nghiệp, đó là làm hại sinh kế của người ta. Như thế là thương loài súc sinh mà không thương người, có vẻ như không được hợp tình hợp lý chăng?

Đáp: Xã hội có đủ các giới *sĩ, nông, công, thương*, đủ các ngành nghề. Mỗi ngành nghề đều có thể kiếm ra tiền, đều có thể nuôi sống gia đình, lẽ nào cứ phải lấy việc sát sinh hại mạng để làm phương tiện mưu sinh cho mình hay sao? Nên biết rằng, nhân quả báo ứng mảy may không sai lệch. Đã tạo nghiệp giết hại ắt phải gặp quả báo bị giết hại. Ngày nay tuy có tạm thời được ăn sung mặc sướng, nhưng tương lai đến lúc thọ nhận quả báo e rằng chẳng có lúc được ngừng nghỉ, vả lại còn để họa lây đến con cháu đời sau. Quả là điều lợi chẳng bằng điều hại! Kinh *Phạm Võng* dạy rằng: "*Bồ Tát nên sinh khởi tánh Phật, hiếu thuận từ bi, thường giúp đỡ cho hết thảy mọi người đều được an vui hạnh phúc.*"[1]

Hỏi: Việc phóng sinh có hạn chế đối tượng hay không?

---

[1] Kinh Phạm Võng: 菩薩應生佛性, 孝順慈悲心 。常助一切人生福生樂 。(Bồ tát ưng sanh Phật tánh, hiếu thuận từ bi, thường trợ nhất thiết nhân sanh phước sanh lạc.)

Đáp: Không có hạn chế! Phàm là các loài chim bay trên trời như bồ câu, se sẻ..., các loài sống trong nước như tôm, cua, cá, ốc..., các loài sống trên mặt đất như hươu, nai, dê, thỏ..., các loài chui sâu trong đất như giun, trùng, kiến, mối... Chỉ cần có mạng sống thì đều có thể phóng sinh được. Luận *Đại trí độ* dạy: "*Tâm đại từ là ban vui cho tất cả chúng sinh, tâm đại bi là cứu vớt khổ nạn cho tất cả chúng sinh.*"[1]

Hỏi: Tại sao khi thực hiện việc phóng sinh thường có nghi thức thọ Tam quy y và niệm Phật cho loài súc sinh?

Đáp: Chánh pháp ngàn năm khó gặp. Chúng ta cùng với loài súc sinh ấy có nhân duyên, nên phát tâm cứu được mạng sống cho chúng, nhưng không thể cứu giúp chúng thoát khỏi luân hồi nghiệp báo. Vì vậy rất nên phát tâm đại từ bi, vì chúng mà truyền thọ *Tam quy y*, để giúp chúng kết duyên lành với Phật pháp. Chúng sinh nào có duyên lành được quy y *Tam bảo* (Phật, Pháp, Tăng) thì không còn phải đọa vào ba đường ác, nên có thể giúp cho những súc sinh ấy khi nghiệp báo dứt hết sẽ vĩnh viễn không rơi vào các đường ác nữa. Ngoài ra, khi thực hành nghi thức như vậy, vị pháp sư cùng tất cả cư sĩ tham gia đều vì chúng mà trì niệm danh hiệu Phật: "*Nam-mô A-di-đà Phật*". Được nghe sáu chữ hồng danh ấy tức là đã gieo nhân lành vào *tạng thức*, nhờ đó mà kiếp sau chuyển thế làm người ắt sẽ gặp được Phật pháp, biết niệm Phật tu hành, được vãng sinh về thế giới Tây Phương Cực Lạc, vĩnh viễn thoát ly cái khổ của sáu đường luân hồi. Đây mới chính là ý nghĩa sâu xa mầu nhiệm nhất của việc phóng sinh.

[1] Đại Trí độ luận: 大慈與一切眾生樂。大悲拔一切眾生苦。(Đại từ dữ nhất thiết chúng sinh lạc, đại bi bạt nhứt thiết chúng sinh khổ.)

CHƯƠNG III: TỔ SƯ KHAI THỊ

Đại sư Trí Giả

Đại sư *Trí Giả*[1] được tôn xưng là Phật *Thích-ca* tái thế. Ngài sống vào giai đoạn các đời Trần, Tùy ở Trung Hoa.

Đại sư nhìn thấy ngư dân ven biển ngày ngày bắt cá sát sinh. Ngài khởi lòng từ bi, liền dùng tiền cúng dường mua được một nơi ven biển Thượng Hải làm ao phóng sinh. Lại vì ngư dân giảng kinh nói pháp. Nhóm ngư dân sau khi nghe pháp đều đổi ngành chuyển nghiệp, tôn trọng mạng sống, ham làm điều thiện, còn đem hộ lương 63 sở ở ven biển có từ 300 - 400 dặm làm ao phóng sinh. Đây là nơi phóng sinh đại quy mô sớm nhất từ trước đến nay trong lịch sử Trung Hoa. Vật mạng được cứu sống có đến hàng vạn ức. *Tây Hồ* hiện nay tức là ao phóng sinh mà năm xưa Đại sư sáng lập.[2]

Đại sư Vĩnh Minh

Đại sư *Vĩnh Minh* tương truyền là Phật *A-di-đà* từ bi thị hiện vào thời *Ngũ đại* ở Trung Hoa. Đại sư trước làm quan coi kho ở huyện *Dư Hàng*. Thường muốn làm việc phóng sinh nên lấy tiền trong quốc khố để mua tôm, cá, chim... mà phóng sinh. Đến khi truy cứu bị khép tội lấy trộm quốc khố, phải xử tử hình, nhưng ngài trước sau mặt không đổi sắc. Quốc vương lấy làm lạ, gạn hỏi nguyên do. Đại sư đáp rằng: "Tôi vì phóng sinh nên mới

---

[1] Tức Đại sư Trí Khải, sinh năm 538, mất năm 597.

[2] Xem thêm chuyện ở phần sau.

làm việc này. Nay đã cứu được hàng ngàn, hàng vạn sinh mạng. Nhờ công đức này để vãng sinh về thế giới Tây phương Cực Lạc, vì thế nên vui mừng chứ không hề lo sợ." Vua hiểu chuyện, tôn trọng đức hạnh của ngài bèn ra lệnh xá tội. Từ đó ngài xuất gia làm tăng sĩ, trọn đời niệm Phật tu hành, đắc đạo chứng quả. Đời sau tôn xưng ngài là Tổ thứ sáu của *Liên tông* (tức *Tịnh độ tông*).

Đại sư Huệ Năng

Đại sư Huệ Năng là Tổ thứ sáu của Thiền tông. Từ sau khi được Ngũ tổ Hoằng Nhẫn ở Hoàng Mai truyền tâm ấn, vì tránh sự bức hại của kẻ xấu nên đi về *Thiều châu* ở phương nam mà ẩn mình, giấu kín thân phận, cùng sống chung trong một đoàn thợ săn.

Đoàn thợ săn giao cho ngài giữ lưới. Ngài lấy tâm từ bi làm hoài bão, gặp những con vật như sói, cọp, nai, thỏ... bị sa lưới đều tìm cách để phóng sinh. Phóng sinh như vậy được 16 năm, vật mạng được cứu sống không thể tính đếm hết, lại còn cảm hóa được nhóm thợ săn đổi nghề hướng thiện. Sau này, Đại sư ở tại đạo tràng Tào Khê làm hưng thạnh Thiền tông, truyền khắp mọi nơi.

Đại sư Hàn Sơn và Đại sư Thập Đắc

Đại sư Hàn Sơn tương truyền là Bồ Tát *Văn-thù-sư-lợi* thị hiện, còn đại sư Thập Đắc tương truyền là Bồ Tát Phổ Hiền thị hiện.

Đại sư Hàn Sơn hỏi ngài Thập Đắc: "Phóng sinh có thể thành Phật được chăng?" Đáp rằng: "Chư phật vô tâm, duy chỉ lấy từ bi làm tâm. Người có thể cứu cái khổ của sinh mạng tức là thành tựu tâm nguyện của chư Phật. Cho nên, sinh một niệm từ bi, cứu sống một sinh mạng tức là tâm nguyện của Bồ Tát Quán Thế Âm vậy. Ngày ngày làm việc phóng sinh thì tâm từ bi cũng ngày ngày tăng trưởng, mãi mãi không ngừng, niệm niệm đều chảy vào biển lớn đại từ bi của đức Quán Thế Âm. Khi ấy, tâm ta tức là tâm Phật, sao lại chẳng thành Phật?"

Cho nên biết rằng nhân duyên phóng sinh chẳng phải những điều lành nhỏ nhặt có thể so sánh được. Phàm là người đồng nguyện như ta nên rộng hành khuyến khích, khéo léo khiến cho mọi người đều biết trở về với tâm từ bi của chính mình mà hóa độ chúng sinh.

Thiền sư Chí Công

Vua Lương Võ Đế hỏi thiền sư Chí Công rằng: "Công đức phóng sinh như thế nào?" Thiền sư đáp rằng: "Công đức phóng sinh không thể hạn lượng. Trong kinh dạy rằng: Muôn loài chúng sinh đều có tánh Phật, chỉ vì mê vọng nhân duyên nên khiến cho thăng trầm khác biệt. Cho đến sinh tử luân hồi trở thành quyến thuộc với nhau, thay đầu đổi mặt chẳng nhìn ra nhau được nữa. Nếu phát được tâm hỷ xả, khởi niệm từ bi, người chuộc mạng phóng sinh thì đời này ít bệnh sống lâu, tương lai chứng được quả *Bồ-đề*."

Thiền Sư Phật Ấn

Thiền sư Phật Ấn có kệ rằng:

貪他一臠臠還他,
古聖留言終不偽。
戒殺念佛兼放生,
决到西方上品會。

"Tham tha nhất luyến, luyến hoàn tha,
Cổ thánh lưu ngôn chung bất ngụy.
Giới sát niệm Phật kiêm phóng sinh,
Quyết đáo Tây phương thượng phẩm hội."

Tạm dịch:

Miếng ăn, miếng trả ắt chẳng sai,
Lời chư thánh xưa nào hư dối?
Giới sát, niệm Phật, thường phóng sinh,
Quyết về Tây phương, bậc Thượng phẩm.[1]

Đại Sư Liên Trì

Đại Sư Liên Trì sống vào triều đại nhà Minh, từ nhỏ ưa thích làm việc phóng sinh. Sau khi xuất gia, ngài xây dựng ao phóng sinh ở hai nơi là Trường Thọ và Thượng Phương. Ngài có trước tác một bài Giới sát phóng sinh, khuyên dạy hết thảy người đời nên giới sát phóng sinh. Ngài cũng để lại cho hậu thế bức vẽ *Liên Trì Đại Sư đồ giải*. Tranh vẽ, văn chương của ngài đều đẹp đẽ phong phú, đều ân cần khẩn thiết khuyên răn người đời chân lý nhân quả báo ứng, cùng với nhiều sự thực chứng, cảm ứng rõ ràng nghiệp ác của việc sát sinh và nghiệp lành của việc phóng sinh. Đời sau tôn ngài làm Tổ thứ tám của *Liên tông* (tức *Tịnh độ tông*). Sau đây là những lời khuyên của ngài về việc giới sát phóng sinh:

---

[1] Người tu Tịnh độ tùy theo công đức tu tập mà khi vãng sinh về cõi Cực Lạc chia ra thành chín phẩm (), ba phẩm thuộc về bậc hạ, ba phẩm thuộc về bậc trung và ba phẩm thuộc về bậc thượng. Thượng phẩm là những người có công đức cao nhất, được chia ra Thượng phẩm hạ sinh, Thượng phẩm trung sinh và Thượng phẩm thượng sinh.

1. Ngày sinh không được sát sinh

Cha mẹ đau đớn, sinh ra ta vất vả. Ngày sinh ra ta chính là ngày mẹ ta chết dần đi. Vì vậy nên phải cấm tuyệt việc sát sinh, nên ăn chay, làm nhiều điều thiện, cầu cho cha mẹ tăng thêm phúc thọ. Cớ sao lại quên nỗi vất vả của cha mẹ mà nỡ lòng sát hại sinh linh?

2. Sinh con không được sát sinh

Không có con ắt phải buồn lo, sinh được con thì rất vui. Sao không nghĩ xem, loài cầm thú cũng biết yêu thương con, cớ sao mình sinh con ra lại khiến cho con của loài khác phải chết? Như vậy có thể yên tâm được sao? Than ôi đứa trẻ vừa mới sinh ra, đã không vì nó tích đức mà lại sát sinh, thế chẳng là mê muội lắm sao?

3. Cúng giỗ không được sát sinh

Khi cúng giỗ người đã khuất hoặc tảo mộ vào tiết xuân thu đều nên cấm việc sát sinh để tạo phước đức. Trong tự nhiên sẵn có tám loại thực phẩm quý để dâng cúng,[1] đâu thể bới xương cốt dưới cửu tuyền lên mà ăn sao? Sát sinh để dâng cúng chính là đại bất hiếu!

4. Hôn lễ không được sát sinh

Việc cưới hỏi ở thế gian, có đủ nghi lễ thì thành chồng vợ, nào có phụ thuộc vào việc sát sinh? Khi lập gia đình là đã bắt đầu nghĩ đến việc sinh con. Trước lúc sinh con mà làm việc giết hại, quả là nghịch lý. Như vậy là ngày lễ tốt lành mà lại làm việc hung dữ, giết hại, chẳng phải là mê muội lắm sao?

[1] Chỉ các loại hoa quả, ngũ cốc.

5. Đãi khách không được sát sinh

Ngày lành cảnh đẹp, chủ hiền đãi bạn rau, gạo, quả, trà không trở ngại chi đến cảnh trí nhà Phật. Cớ sao lại giết hại mạng sống? Cùng cực béo ngọt, vui ca say sưa với cốc chén, giết hại oan uổng bao mạng sống trên mâm ăn! Than ôi! Người có tấm lòng, nhìn thấy như vậy chẳng buồn lắm sao?

6. Cầu an không được sát sinh

Người đời có thói quen sát sinh để tế thần, mong thần phù hộ. Không nghĩ rằng mình tế thần là muốn tránh cái chết, cầu sự sống, nhưng giết hại mạng sống loài khác để mong cho mạng mình sống lâu quả thật là nghịch lý, tàn độc hung ác.

7. Buôn bán sinh sống không được sát sinh

Phàm là con người ai cũng phải vì cơm ăn áo mặc. Hoặc phải đi săn bắt, hoặc phải xuống nước bắt cá, mò tôm, hoặc phải giết trâu, bò, lợn, chó... cũng chỉ vì kế sinh nhai. Nhưng xét lại, những người không làm các nghề này cũng vẫn có cơm ăn áo mặc, đâu vì thế mà phải chết đói chết rét? Làm nghề sát sinh ắt sẽ chịu quả báo bị giết hại. Lấy việc giết hại mà được giàu có thì trăm người chẳng có lấy một! Ngược lại còn phải chịu ác báo trong nay mai, không có gì nguy hại hơn thế. Sao không cố gắng thay đổi nghề nghiệp, chọn những cách sinh nhai hiền lành chẳng phải tốt hơn sao?

Người Phật tử phải luôn tâm niệm bảy điều này để làm kim chỉ nam trong đời sống hằng ngày.

Người giữ giới không sát sinh được thiện thần bảo hộ, tai ách tiêu trừ, tuổi thọ dài lâu, con cháu hiếu thảo hiền lương, mọi chuyện đều may mắn tốt đẹp. Nếu dốc hết sức làm việc phóng sinh, lại thêm chuyên tâm niệm Phật, không những tăng trưởng phước đức mà còn nhất định sẽ được tùy nguyện vãng sinh, vĩnh viễn thoát khỏi luân hồi, tiến lên địa vị không thối chuyển.

Đại Sư Ngẫu Ích

Đại Sư *Ngẫu Ích* dạy rằng: "Giết hại sinh mạng tức là giết mất các đức Phật tương lai trong tự tâm mình. Phóng sinh tức là cứu sống các đức Phật tương lai trong tự tâm mình. Nếu cứu sống các đức Phật tương lai trong tự tâm tức là phép tam-muội niệm Phật chân thật. Tu tập phép tam-muội niệm Phật này tức là thường xuyên chuyển kinh Pháp Hoa đến trăm ngàn vạn ức bộ vậy."

Đại sư Ấn Quang

Đại sư *Ấn Quang* được xem vị đại sư đệ nhất của *Tịnh độ tông* kể từ năm Dân quốc (1912) tới nay. Đời sau tôn xưng ngài là Tổ đời thứ 13 của *Liên tông* (tức *Tịnh độ tông*). Đại sư hết lòng đề xướng việc giới sát phóng sinh, không tiếc sức lực. Trong nhiều bài thuyết pháp, Đại sư đều giảng rõ về sự lý của việc giới sát phóng sinh, khuyến khích đệ tử cố gắng giới sát phóng sinh. Nay xin ghi lại vài câu pháp ngữ của Đại sư về việc giới sát phóng sinh như sau:

"Người giới sát phóng sinh, đời sau được sinh lên cõi trời *Tứ thiên vương*, hưởng phước vô cùng. Nếu lại có tu Tịnh độ thì được vãng sinh về Tây Phương Cực Lạc, công đức ấy thật vô bờ bến. Phàm những ai muốn cho việc nhà được bình an, thân tâm an ổn, tráng kiện, thiên hạ thái bình, nhân dân an lạc, chỉ cần khởi sự từ việc giới sát phóng sinh, ăn chay niệm Phật mà cầu thì đều được cả. Phật giáo truyền sang phương Đông, chỉ rõ lẽ nhân quả báo ứng, khuyên người giới sát phóng sinh, bỏ việc ăn thịt súc vật mà theo cách ăn chay."

Đại sư Hoằng Nhất

Đại sư Hoằng Nhất là vị đại đức của *Luật tông* trong thời cận đại, cũng đề xướng việc phóng sinh. Ngài dạy: "Xin hỏi quý vị, có muốn trường thọ chăng? Muốn lành bệnh chăng? Muốn khỏi tai nạn chăng? Muốn được con cái chăng? Nếu ai muốn thì nay đã có một phương pháp đơn giản, dễ thực hành, tức là phóng sinh vậy."

Lão Hòa Thượng Hư Vân

Lão Hòa Thượng Hư Vân là bậc Thiền tông đại đức, cũng dạy chúng ta giới sát, phóng sinh, đoạn ác tu thiện. Ngài dạy: "Đây là cơ hội muôn kiếp khó gặp, chúng ta phải dũng mãnh tinh tấn, phải trong ngoài cùng tu. Tu tập bên trong tức là chỉ đơn độc tham một câu thoại đầu: *Niệm phật là ai*? Hoặc niệm một câu *A-di-đà Phật*, không khởi tham, sân, si, các tạp niệm, khiến cho chân như pháp tánh được hiển bày. Tu tập bên ngoài tức là giữ giới sát sinh, đem *Mười điều ác* chuyển thành *Mười điều thiện*. Chớ nên suốt ngày rượu thịt buông lung, tạo thành tội nghiệp vô biên."

Đại sư Diệu Thiện

Đại sư Diệu Thiện cũng được Phật tử tôn xưng là đức *Phật sống Kim Sơn*. Việc phóng sinh là một trong các sinh hoạt thường ngày của ngài. Ngài đối với các loài cầm thú như chim, cá, rùa, ốc, cua... đều có lòng thương yêu, đối xử bình đẳng. Bất cứ đi đến đâu ngài cũng đều ưa thích làm việc phóng sinh.

Ngài từng nói với những người đệ tử đang chịu khổ báo rằng: "Ta tuy có thể tạm thời làm cho bệnh khổ của ông giảm thiểu, nhưng nghiệp giết hại từ nhiều kiếp trước của ông vẫn chưa tiêu mất, e rằng sẽ có mối lo chết yểu. Có một phương pháp tiêu trừ nghiệp chướng hay nhất là làm việc phóng sinh và giới sát. Cho nên, phóng sinh là công đức lớn nhất. Ông nếu tin được lời tôi, hãy mau mau tùy sức mà mua lấy vật mạng để phóng sinh thì có thể tăng phước, tăng thọ."

Cư sĩ Lý Bỉnh Nam

Lão cư sĩ Lý Bỉnh Nam nói về việc giới sát phóng sinh như sau: "Chúng sinh từ xưa nay không dứt nổi nghiệp giết hại, ai ai cũng phạm vào việc sát sinh. Sát sinh có thể chia làm hai loại: Một là trực tiếp, hai là gián tiếp. Trực tiếp là tự mình giết hại chúng sinh, cắt xẻo lấy da thịt mà làm thức ăn. Gián tiếp là vì mình ăn thịt chúng sinh nên khiến cho người khác phải làm việc giết hại để phục vụ mình.

"Cái nhân tạo ra của hai loại sát sinh này tích tụ lâu ngày, gặp duyên thì kết thành cái quả của nạn đao binh, chiến tranh. Có người cho rằng, muốn cứu vãn nạn chiến tranh thì phải làm nhiều việc thiện như sửa cầu, làm đường... Lời nói như vậy không thể tin cậy được. Bởi vì nay phải chịu nạn đao binh chẳng phải do cái nhân quá khứ phá hoại cầu cống, đường sá. Nay muốn lấy việc làm đường, sửa cầu cống mà giải trừ, thì là hai việc hoàn toàn khác nhau.

"Tôi xin đem phương pháp phóng sinh đơn giản nói với các vị: Trước tiên phải gia trì chú Đại bi vào một ly nước sạch, rồi rưới lên mình chúng sinh được phóng sinh, miệng niệm bài sám hối như sau:

Chúng con xưa nay tạo ác nghiệp,
Đều do ba độc tham, sân, si,
Từ thân, miệng, ý mà sinh ra.
Nay đối trước Phật cầu sám hối.

"Sau khi niệm như vậy ba lần rồi, lại vì những súc sinh ấy mà niệm *Tam quy y*:

Quy y Phật,
Quy y Pháp,
Quy y Tăng.
Quy y Phật không đọa địa ngục.
Quy y Pháp không đọa ngạ quỷ.
Quy y Tăng không đọa súc sinh.

"Tại sao đối với chúng sinh phải nói *Tam quy y*? Bởi vì tất cả chúng sinh đều có hai cái mạng: Một là *thân mạng*, hai là *huệ mạng*. Phóng sinh chẳng những cứu lấy *thân mạng*, mà cũng nên cứu lấy cái *huệ mạng* của chúng. Nói *Tam quy y* cho chúng nghe là tạo nhân lành cho chúng, nếu nghe mà nhận được thì đời sau sẽ không phải rơi vào *địa ngục, ngạ quỷ, súc sinh*. Nếu được thân người thì có thể phát tâm *Bồ-đề*, tin sâu Phật pháp, sẽ có khả năng thành Phật. Đây tức là cứu cái *huệ mạng* của chúng."

Pháp sư Viên Nhân

Pháp sư Viên Nhân dạy rằng: "Tật bịnh, ung thư, tai nạn... sở dĩ có thể bất hạnh sinh ra là duyên nơi nghiệp giết hại trước kia chúng ta đã tạo nên mà chiêu cảm lấy quả báo này. Phương thức giải quyết chính là phóng sinh. Nhờ vào việc bỏ tiền, bỏ sức để cứu mạng phóng sinh nên có thể đền trả vô số món nợ sát sinh trước kia mà chúng ta đã thiếu.

"Điều quý báu nhất của mỗi chúng sinh đều là mạng sống. Giết hại chúng thì chúng oán hận nhất, oan cừu kết sâu nhất, cho nên nói nghiệp giết hại là nặng nhất. Ngược lại, cứu sống được chúng thì chúng cảm kích nhất, tạo được nhiều phước thiện nhất, cho nên nói công đức phóng sinh là đệ nhất.

"Những ai phê phán, hủy báng việc phóng sinh, hoặc cản trở nghi ngờ việc phóng sinh cần phải lưu ý. Vì cản trở người phóng sinh thì cũng giống như sát sinh, khiến cho hàng ngàn hàng vạn sinh mạng không được giải cứu, phải hàm oan mà chết. Tội lỗi đó thật là vô lượng vô biên. Nhất định phải gấp rút sám hối, sửa lỗi, nếu không thì khổ hình nơi địa ngục nhất định không tránh khỏi."

CHƯƠNG IV: GIẢI TRỪ NGHI VẤN

Ý nghĩa phóng sinh, tích cực hay tiêu cực?

Hỏi: Mỗi lần chúng tôi phóng sinh, thường phải đến tiệm bán chim để mua chim. Vì tiệm bán chim chỉ có mấy tiệm cố định, nên mua lâu rồi thì chủ tiệm chim đều biết trước là chúng tôi sẽ đến mua chim để phóng sinh. Vì thế, họ cố ý thu gom, tồn trữ, chuẩn bị rất nhiều chim chờ chúng tôi đến mua. Phóng sinh như vậy thì sớm đã bị người ta đoán biết, nên cũng như gián tiếp khuyến khích họ đi bắt chim về để bán cho chúng tôi thả. Như vậy thì việc phóng sinh vô tình lại tạo điều kiện giúp người khác tạo sát nghiệp. Vì thế, rất nhiều người phê phán chúng tôi, chê cười chúng tôi là ngu si. Ngay cả trong lòng chúng tôi cũng có chỗ nghi hoặc, nên thật chẳng dám đi mua chim để phóng sinh nữa. Có thể giải thích mối nghi này như thế nào?

Đáp: Chúng ta thả chim, đến tiệm bán chim không nỡ nhìn thấy chúng bị bắt, bị giam, sắp bị giết, nên phát lòng từ bi cứu lấy chúng nó, đem chúng nó đi phóng sinh. Đó là một công đức đơn thuần, chỉ trong một ngày thì có thể hoàn thành. Nhờ đó mà vô số chim có được cơ hội sống còn trong tự nhiên, khác nào như được tái sinh lần nữa!

Chủ nhân tiệm chim biết được chúng ta sẽ mua chim phóng sinh, vì thế mà trước đó đã thu gom, tồn trữ, tìm khắp các nơi để mua sỉ, mua lẻ, mang về một chỗ chờ đợi chúng ta đến mua. Như vậy thì lại càng phải cố gắng mua cho thật nhiều, điều này có gì mà phải phân vân, do dự? Chỉ cần khả năng cho phép, họ thu gom được càng nhiều chim thì ta càng nên mua chim để phóng sinh.

Ông hãy suy nghĩ cho kỹ việc này. Vì biết chúng ta phóng sinh nên chủ nhân tiệm chim mới tìm mọi cách, nghĩ ra mọi biện pháp để thu gom những con chim bị bắt được ở khắp nơi, toàn bộ đều mang về một chỗ để chờ chúng ta giải cứu phóng sinh. Tất cả những con chim khổ nạn kia được giải cứu ắt phải mừng đến rơi lệ; tất cả thiên long hộ pháp phải hết lòng tán thán việc lành này; chư Phật, Bồ Tát đều hết lòng hoan hỷ khen ngợi; tất cả oán thân trái chủ của chúng ta phải cúi đầu thất vọng; Ma vương, tà chúng phải tức giận đến dựng mày trợn mắt!

Chúng ta hãy thử đặt câu hỏi: Nếu như ngày nay chúng ta không phóng sinh nữa, không thả chim nữa, thì những thợ săn bắt chim kia sẽ thôi không bắt chim nữa chăng? Các tiệm bán chim kia sẽ đóng cửa không buôn bán được nữa chăng? Câu trả lời chắc chắn là không. Chim vẫn bị người ta tung lưới ra bắt. Tiệm bán chim vẫn mở cửa buôn bán như trước. Nhưng khi ấy, những con chim xinh đẹp, quý giá thì bị bán cho người ta nhốt vào lồng để thưởng ngoạn, còn những con chim xấu xí, giá trị không cao có thể bị bán cho người đem đi tiềm, nướng, làm thành từng xâu chim nướng rao bán bên lề đường... Lại có những con quá xấu xí, gầy ốm, không thể bán được nhưng rủi ro sa vào lưới, khi ấy thợ săn chỉ chọn một số chim có giá trị đem bán, còn những con chim tội nghiệp ấy thì đưa tay bẻ cổ một cái rồi quăng thây trong rừng núi hoang vắng.

Vì thế, nếu như thật có tiệm bán chim chỉ chuyên bán chim để phóng sinh thì cũng chẳng sao cả. Cứ mặc tình chúng ta đến mua, mặc tình mang đi thả. Phóng sinh là phóng sinh. Phóng sinh tuyệt đối là một việc tốt đẹp. Tiệm bán chim để phóng sinh thì cũng chẳng khác nào một trại tập trung tù giam để chờ đợi đại ân xá. Những con chim kia, hoặc là mừng vui, mừng vui vì có cơ hội gặp người thiện tâm phóng sinh cứu mạng; hoặc là lo sợ, lo sợ rằng chúng ta đánh mất tâm niệm phóng sinh. Nếu chúng ta nhụt tâm thối chí, nghe theo những kẻ năm lần bảy lượt đẩy đưa cản trở, thì chúng nó dù một mảy may cơ hội sống còn đều chẳng có!

Phóng sinh hay phóng tử?

Một thanh niên nhìn thấy bà cụ già đang thả cá phóng sinh. Chàng chú ý quan sát rồi đến gần bà cụ thắc mắc thưa hỏi.

Chàng thanh niên: Thưa cụ, cụ hãy xem kìa! Số cá vừa thả ra đã chết đi rất nhiều, thi thể nổi lên mặt nước. Phóng sinh như vậy chắc hẳn phải gọi là phóng tử, như vậy thì có ý nghĩa gì đâu?[1]

Bà cụ: Này cậu thanh niên, cậu hãy nhìn lại cho thật kỹ, lẽ nào không thấy được sao? Vẫn còn một số cá lớn sống trên mặt nước, vui mừng tung tăng bơi lội đó. Trong quá trình phóng sinh giải cứu vật mạng, khó lòng tránh khỏi có một phần nhỏ cá bị chết. Điều này không thể tránh được Cũng như trong chiến tranh, quân nhân giải cứu đồng bào bị vây. Trong quá trình giải cứu cũng khó tránh khỏi có một vài người không may tử vong. Tuy nhiên, cũng không

---

[1] Trong thực tế, điều này vẫn thường gặp khi chúng ta phóng sinh. Do những chim, cá mà chúng ta mua thả có khi đã bị giam hãm quá nhiều ngày, trong điều kiện lồng, chậu vô cùng chật chội, thiếu dưỡng khí, chen chúc lẫn nhau, nên đến khi được trả về với tự nhiên thì đã có một số vì không chịu đựng nổi đã phải tử vong. Nhưng rõ ràng là điều này không liên quan gì đến tâm niệm tốt đẹp của người phóng sinh.

phải vì thiểu số bị tử vong mà bỏ đi hành động giải cứu. Lại cũng như trong khi cấp cứu, bác sĩ cứu chữa bệnh nhân đang lâm nguy. Trong quá trình cấp cứu cũng khó tránh khỏi một số bịnh nhân không may tử vong. Vẫn không thể vì thiểu số bệnh nhân tử vong mà bác sĩ bỏ đi hành động cứu chữa.

Chàng thanh niên: Thưa cụ, lời cụ thật có đạo lý. Nếu chúng ta không làm việc phóng sinh thì tất cả những con cá kia chỉ duy nhất có một đường chết mà thôi. Toàn bộ đều sẽ bị bán đi, bị giết chết, bị ăn thịt! Nhờ có chúng ta làm việc phóng sinh nên ít nhất những con cá kia vẫn còn một tia hy vọng, một cơ hội sống sót, tối thiểu cũng có một phần cá được lấy lại tự do, được cơ hội sống còn. Còn những con cá không may chết đi thì ít nhất cũng tránh được cực hình cắt xẻo, lửa đốt, nước sôi... Không có người phóng sinh thì những con vật bị bắt chỉ có duy nhất một con đường chết, vả lại còn phải chết một cách vô cùng thê thảm. Nhờ có người phóng sinh, ít nhất cũng có thể cho những con vật tội nghiệp kia một cơ hội sống sót. Vạn nhất chẳng may chết đi thì cũng được chết trong lòng tự nhiên, chết được toàn thây, giảm được sự đau khổ rất nhiều.

Bà cụ: Cậu thanh niên này! Xem ra cậu rất có căn lành, vừa nói qua thì cậu đã hiểu được ngay. Kỳ thật, còn có ý nghĩa sâu xa hơn nữa của việc phóng sinh là quy y Tam bảo và niệm Phật. Chúng ta được biết, quy y Phật không đọa địa ngục, quy y Pháp không đọa ngạ quỷ, quy y Tăng không đọa súc sinh. Trong pháp hội phóng sinh, dưới sự chủ trì của pháp sư, những súc sinh trong nhân duyên ngàn năm khó gặp này sẽ được quy y Tam bảo. Nhờ đó mà trải qua đời này, nghiệp báo súc sinh dứt hết thì có thể nhờ công đức quy y Tam bảo mà thoát được ba đường ác. Lại có pháp sư và nhiều cư sĩ thiện tâm cùng chí thành vì súc sinh tụng niệm Phật hiệu "*Nam-mô A-di-đà Phật*", nhờ đó mà gieo vào *tạng thức* của súc sinh một hạt giống lành tròn đầy. Trong tương lai, hạt giống niệm Phật ấy sẽ đâm chồi thành thục, giúp súc sinh được sinh làm người, biết niệm Phật tu hành, vãng sinh về thế giới Tây Phương Cực Lạc, vĩnh viễn thoát khỏi luân hồi, chứng đắc quả Phật. Đây mới là ý nghĩa tích cực nhất trong việc phóng sinh.

Chàng thanh niên: Thưa cụ, vô cùng cảm ơn những lời giải thích của cụ. Con hôm nay cuối cùng đã hiểu rõ được ý nghĩa chân chánh của việc phóng sinh. Kỳ thật, chết chỉ là một hình thức. Những con cá bị chết quả nhiên đáng thương, nhưng ngày nay đã được quy y Tam bảo, lại được nghe câu thánh hiệu bất khả tư nghị "*Nam-mô A-di-đà Phật*" thì thọ mạng của súc sinh sớm được kết thúc, sớm được giải thoát, sớm được siêu sinh, sau này sớm biết niệm Phật tu hành, vãng sinh về thế giới Tây phương Cực Lạc. Xét như vậy thì những con cá bị chết kia cũng là có phước báu. Con trước đây cứ mãi phê phán việc vật mạng phóng sinh bị chết, nay mới biết được chính mình là ngu si biết chừng nào.

Bà cụ: Cậu thanh niên này! Tất cả chúng sinh trong sáu đường luân hồi đều là khổ, gồm cả chúng ta trong đó. Chúng ta phóng sinh đương nhiên phải hy vọng toàn bộ súc sinh đều được sống. Hết lòng hết dạ làm cho chúng được sống còn. Nhưng nếu vẫn không may có một số chết đi, chúng ta cũng thành tâm cầu nguyện cho chúng sớm được giải thoát, được chuyển sinh, sớm biết niệm Phật, được vãng sinh về thế giới Cực Lạc. Chúng ta tự mình cũng chán lìa cõi *Ta-bà*, cầu sinh Cực Lạc. Hy vọng chính mình cũng sớm dứt nghiệp báo, được vãng sinh về thế giới Tây phương Cực Lạc.

Chàng thanh niên: Thưa cụ, đúng vậy! Kỳ thật cái chết cũng chẳng phải thực sự bất hạnh. Có cái chết nhẹ như lông hồng, có cái chết nặng như Thái sơn. Sau khi chết được siêu sinh, được vãng sinh Tây phương Cực Lạc thế giới, đó mới là đại giải thoát chân chánh, mới là nơi quy trú tốt nhất của tất cả chúng sinh trong sáu đường luân hồi. Từ nay trở đi con nhất định cố gắng phóng sinh, lại còn rộng khuyên tất cả mọi người phóng sinh. Càng phải nói với mọi người rằng ngày nay con được hiểu rõ giá trị và ý nghĩa chân chánh của việc phóng sinh. Cảm ơn cụ, cảm ơn cụ!

Bà cụ: Cậu thanh niên này, cậu nhất định phải ghi nhớ: Phóng sinh tức là cho súc sinh một cơ hội sống, một sự tự do, lại có được một cơ hội quy y Tam bảo, một cơ hội được nghe niệm Phật. Dù thế nào cũng đừng vì những sự hủy báng cản trở mà khiến cho vô số súc sinh đang thọ khổ nạn kia phải mất đi cơ hội sinh tồn.

Chàng thanh niên: Thưa cụ, đúng vậy! Phóng sinh cũng là dành cho chính chúng ta một cơ hội cứu thân chuộc mạng, đền trả nợ giết hại, một cơ hội rộng chứa phước điền, tiêu trừ nghiệp chướng. Nhất định không thể vì bất cứ sự cười chê nghị luận, phê phán nào mà thối tâm nhụt chí, bỏ lỡ đi cơ hội quý báu nhất để tiêu trừ nghiệp chướng của chính mình.

CHƯƠNG V: BỐN PHÁP BẢO

1. SÁM HỐI

Khi chưa học Phật thường cống cao ngã mạn, tự cho mình là đúng. Sống trong đời mỗi ngày đều mưu tính làm cách nào để cho mình được hơn người một bậc; làm cách nào để có được gia tài đồ sộ; làm cách nào để thân mình đeo đầy vàng bạc; làm cách nào để thanh danh vang xa... Suốt một ngày có 24 giờ, mỗi khi thức dậy đều đuổi theo *tham, sân, si*. Ngay cả trong giấc ngủ cũng bị ba món độc này trói buộc, nhưng tự mình ngu si không giác ngộ, vẫn ở trong hầm phẩn mà chẳng tự biết, thật đáng xấu hổ đến cùng cực. Kinh *Địa Tạng Bồ Tát bổn nguyện* dạy rằng: "Chúng sinh trong cõi *Nam Diêm-phù-đề*, mỗi một cử động, mỗi một ý nghĩ đều phạm vào tội lỗi."

Sau khi được học pháp Phật mới bừng tỉnh ra, nhận thấy chính mình quả thật xấu xa độc ác. Toàn thân đều là những nghiệp sát sinh, trộm cướp, tà dâm, vọng ngữ... tội nghiệp sâu nặng. Trong sinh hoạt hằng ngày, nhất cử nhất động, khởi tâm động niệm đều là xấu ác. Ngày ngày đối diện với *tham, sân, si* của mình mà chiến đấu, vẫn cứ thất bại, rồi lại chiến đấu... Từ đó mới thể hội được sâu sắc bốn chữ: *cụ phược phàm phu* (具縛凡夫 - kẻ phàm phu đầy dẫy phiền não). Trong nhiều kiếp từ vô thủy đến nay đã tích lũy biết bao tập khí nghiệp chướng; sớm đã đem sáu căn (mắt, tai, mũi, lưỡi, thân, ý) buộc chặt vào đến nỗi không thoát ra được.

Muốn thoát khỏi tập khí, tiêu trừ nghiệp chướng nào phải dễ dàng. Như hôm nay ta chỉ có một con đường là *sám hối*. Kinh *Kim Quang Minh*, phẩm *Sám hối* (phẩm thứ 3) dạy rằng:

所謂金光,
滅除諸惡,
千劫所作,
極重惡業,
若能至心,
一懺悔者,
如是眾罪,
悉皆滅盡。
我今已說,
懺悔之法,
是金光明,
清淨微妙,
速能滅除,
一切業障。

Sở vị Kim Quang,
Diệt trừ chư ác,
Thiên kiếp sở tác,
Cực trọng ác nghiệp,
Nhược năng chí tâm,
Nhất sám hối giả,
Như thị chúng tội,
Tất giai diệt tận.
Ngã kim dĩ thuyết,
Sám hối chi pháp,
Thị Kim Quang Minh,

Thanh tịnh vi diệu,
Tốc năng diệt trừ,
Nhất thiết nghiệp chướng.

Tạm dịch:

Chỗ gọi là Kim Quang
Diệt trừ các điều ác.
Cho dù trong ngàn kiếp,
Tạo nghiệp ác nặng nề.
Nếu có thể một lần,
Chí tâm cầu sám hối,
Thì những tội lỗi ấy,
Hết thảy đều tiêu trừ.
Ta nay đã thuyết dạy,
Pháp sám hối nhiệm mầu,
Gọi là Kim Quang Minh.
Pháp thanh tịnh vi diệu,
Có thể diệt trừ nhanh,
Hết thảy mọi nghiệp chướng.

Pháp sám hối *Kim Quang Minh* này là pháp bảo vô giá. Chúng ta là phàm phu trong thời mạt pháp của cõi thế giới có đủ năm sự xấu ác mà nghe được pháp môn này, chính là nhờ đã từng đối trước trăm ngàn vạn ức đức Phật trồng các căn lành, nay mới có được phước báu này.

Nguyện cho tất cả mọi người đều có thể thành tâm sám hối, phát lộ tội lỗi, cầu mong chư Phật, Bồ Tát gia hộ, sớm diệt trừ tội chướng sâu nặng, và nhờ vào công đức sám hối này mà hồi hướng cho khắp các chúng sinh hữu tình rộng lớn, cầu cho khắp nơi thảy đều thoát ly biển nghiệp, cùng sinh về cõi Tịnh độ Cực Lạc.

2. PHÓNG SINH

Luận *Đại Trí độ* dạy rằng: "*Trong tất cả các tội ác, tội giết hại là nặng nhất. Trong tất cả các công đức, không giết hại là công đức lớn nhất.*" Vì đối với tất cả chúng sinh, điều quý báu nhất chính là mạng sống. Bị giết hại thì sinh ra oán thù sâu nặng nhất; được cứu sống thì cảm kích, mang ơn nhất.

Pháp đầu tiên trong sáu pháp *ba-la-mật* là *Bố thí*. Bố thí gồm có: *tài thí, pháp thí* và *vô úy thí*, mà chỗ đáng quý của việc phóng sinh là tự nó bao gồm đủ cả ba việc *tài thí, pháp thí* và *vô úy thí*. Vì gồm đủ ba cách bố thí nên công đức của việc phóng sinh là cao quý, lớn lao nhất.

Pháp sư Viên Nhân đã chỉ dạy cho chúng ta pháp bảo vô thượng thù thắng là việc phóng sinh, mọi người càng nên trân quý, nỗ lực thực hành, để chẳng phụ lòng pháp sư đã khổ tâm lao nhọc dạy dỗ chúng ta.

3. ĂN CHAY

Kinh *Lăng-già* dạy rằng: "*Ăn thịt cùng với sát sinh đồng tội. Trong tất cả tội nghiệp, nghiệp giết hại là nặng nhất.*" Vì đã tạo nghiệp giết hại ắt phải nhận chịu quả báo bị giết hại. Nhân quả báo ứng là thảm khốc nặng nề nhất.

Ngờ đâu, điều bất hạnh nhất của chúng ta là suốt đời mải mê tạo nghiệp giết hại mà không tự biết. Bởi vì ăn thịt đồng tội với sát sinh, nên ăn thịt tức là sát sinh. Chúng ta ngày ngày ăn thịt, tức là ngày ngày tạo nghiệp giết hại. Ba bữa ăn thịt túc là ba bữa vay nợ giết hại. Chúng ta vì ăn thịt chúng sinh mà kết thành mối oán thù sâu như biển lớn, vô lượng vô biên không thể tính đếm, nên quả báo trong tương lai thật khiến cho người ta không thể tưởng tượng nổi, không dám nghĩ đến.

Kinh *Niết-bàn* dạy rằng: "*Người ăn thịt là đoạn mất hạt giống đại từ.*"[1] Tâm Phật tức là tâm từ bi. Chúng ta tu hành học Phật, tức là học theo tâm đại từ bi của Phật. Học được một phần tâm từ bi của Phật thì đạo nghiệp của chúng ta thành tựu một phần. Học được mười phần từ bi của Phật thì đạo nghiệp của chúng ta thành tựu mười phần. Những người ăn thịt, sớm đã đoạn mất hạt giống đại từ bi, thì còn biết làm sao được? Tâm từ bi không được nuôi dưỡng, không nảy nở. Không có tâm từ bi thì sớm đã lìa xa tâm Phật. Nên tất cả việc tu hành đều chỉ còn là sự thất vọng buồn chán!

Kinh *Lăng nghiêm* dạy rằng: "*Người ăn thịt thì chỗ cầu công đức đều không thành tựu.*" Chúng ta muốn cầu cho thân thể khỏe mạnh, cuộc sống bình an, con cháu hiển đạt, sự nghiệp thuận lợi; muốn cầu cho nghiệp chướng tiêu trừ, đạo nghiệp thành tựu, liễu sinh thoát tử, vãng sinh Tây phương; nhưng nếu là người ăn thịt thì chỗ cầu tất cả công đức đều không thể thành tựu. Đây là lời dạy bảo từ kim khẩu đức Phật.

Nếu chúng ta không thể ăn chay, vẫn cứ ăn thịt, tạo sát nghiệp như cũ, thì tất cả tâm nguyện của chúng ta xem như vô phương thực hiện! Chính vì việc ăn chay quan trọng như vậy, nên Pháp sư Viên Nhân vẫn luôn giữ theo

[1] Kinh Đại Bát Niết-bàn, quyển 4, phẩm Như Lai tánh: 夫食肉者斷大慈種。(Phù thực nhục giả, đoạn đại từ chủng.)

lời dạy của đức Phật, một lần rồi hai lần, hai lần rồi ba lần, nỗ lực không ngừng khuyên dạy mọi người phải cố gắng học Phật, nhất định phải mau mau ăn chay, mau mau dứt bỏ cái thói quen ăn thịt từ lâu ngày.

Nếu có thể lập tức sửa đổi thành người ăn chay hoàn toàn là hay nhất. Nếu không có cách chi lập tức sửa đổi như vậy, thì vẫn phải luôn thôi thúc chính mình, đốc thúc chính mình hướng hoàn toàn về mục tiêu bỏ thịt ăn chay mà thực hiện dần dần. Vì ăn một lần thịt là tạo một lần sát nghiệp, kết một lần oán thù. Ăn mười lần thịt là tạo mười lần sát nghiệp, kết mười lần oán thù. Mỗi một lần ăn thịt là tạo ra sát nghiệp, là kết thành mối oán thù sâu đậm với chúng sinh. Tương lai nhân quả báo ứng vẫn phải chính mình đền trả. Tạo được vô biên công đức thì chính mình được hưởng, gây ra vô biên tội lỗi thì cũng chính mình nhận lãnh lấy. Mỗi một người học Phật đều phải nghiêm chỉnh trong việc này. Dù thế nào cũng không thể xem thường!

4. NIỆM PHẬT

Kinh *Đại Tập* dạy rằng: "*Thời mạt pháp, muôn ức người tu hành cũng ít có được một người đắc đạo. Chỉ có y theo pháp môn niệm Phật mà được độ thoát sinh tử.*"

Đại sư Thiện Đạo dạy rằng: "Đức Như Lai sở dĩ xuất hiện trên thế gian này, mục đích duy nhất là giảng thuyết về bổn nguyện to lớn của đức Phật *A-di-đà*."

Chỉ một câu *A-di-đà Phật* là tinh hoa cao trổi nhất của đức Phật thuyết pháp trong 49 năm; là con đường tắt trong đường tắt; là diệu pháp trong diệu pháp. Nương nhờ đại từ đại nguyện của đức *A-di-đà Phật*, nương nhờ sức Phật mà cắt ngang qua dòng trược lưu sinh tử, siêu thoát luân hồi quả báo.

Thời mạt pháp tu hành, nếu lìa khỏi pháp môn niệm Phật thì trong muôn ức người tìm không ra một người thành tựu. Niệm Phật có đầy đủ công đức không thể nghĩ bàn. Chúng ta nên chỉ theo một môn này mà thâm nhập. Đời này, kiếp này nên hết lòng niệm Phật, không xen tạp, không lòng này ý khác. Vì niệm một câu *Nam-mô A-di-đà Phật* thì tương đương như tụng hết 3 tạng, 12 phần giáo điển.

Một câu *A-di-đà Phật* cũng tức là pháp thiền. Kinh Đại Tập dạy rằng: "Nếu ai nhất tâm niệm được câu *Nam-mô A-di-đà Phật* thì gọi là pháp thiền vô thượng thâm diệu."

Một câu *A-di-đà Phật* cũng tức là pháp mật. Sáu chữ hồng danh toàn y theo Phạn văn, chưa phiên dịch một chữ nào, là câu chú chân thật nhất, đơn giản nhất.

Thế nên, một câu niệm Phật cũng vừa là pháp thiền, vừa là pháp mật, lại vừa có thể bao quát cả 3 tạng 12 phần giáo điển.

Trong kinh dạy rằng: "Hàng Bồ Tát Thập địa xưa nay vẫn chưa từng rời bỏ câu niệm Phật." Khi chúng ta niệm Phật, mười phương chư Phật đều đến hộ niệm. Trên từ các vị Bồ Tát đẳng giác, dưới đến bao chúng sinh nhiều tội nghiệp, một niệm đó đều như nhau, chính là một câu *Nam-mô A-di-đà Phật*.

Thử nghĩ xem, chúng ta là phàm phu đầy dẫy phiền não, có phước đức năng lực gì mà được phước báu cùng các vị Đại Bồ Tát cùng tu một pháp môn? Các vị Bồ Tát Văn Thù, Phổ Hiền, Quán Âm, Thế Chí đều dạy chúng ta niệm Phật. Pháp môn niệm Phật thù thắng như vậy, khó gặp như vậy, đời này kiếp này chúng ta càng phải nắm vững. Nếu không có thiện căn của nhiều đời nhiều kiếp thì chúng ta không thể được nghe, càng không thể tin nổi câu Phật hiệu này.

Pháp sư Viên nhân đem một câu *Nam-mô A-di-đà Phật* mà dung hội vào mọi việc ăn, mặc, ngủ nghỉ trong sinh hoạt hằng ngày. Nhất cử nhất động đều không lìa khỏi việc niệm Phật. Đối với ngài thì chim hót, ếch kêu, mỗi tiếng đều là tiếng niệm *A-di-đà*. Ngài lấy thân giáo thị hiện mà chỉ dạy chúng ta một lòng niệm Phật.

Chúng ta may mắn được gặp pháp sư Viên Nhân là bậc mẫu mực trong sự hành trì niệm Phật chân chánh, lại còn được thân cận thỉnh ích. Đây là một phước báu hết sức to lớn. Nguyện cho tất cả mọi người niệm Phật đều có thể một lòng một dạ niệm Phật cầu vãng sinh, một đời thành tựu để chẳng cô phụ đại từ bi nguyện của đức *Di-đà*, cũng chẳng quên ơn dạy dỗ với sự lao nhọc và ân cần chỉ dạy của pháp sư.

CHƯƠNG VI: PHÓNG SINH LÀ NUÔI DƯỠNG TỪ BI

Câu chuyện sau đây được ghi theo lời kể của bác sĩ Quách Huệ Trân. Bản thân vị bác sĩ này là một người tinh tấn tu tập, tín tâm sâu vững, về sau xuất gia trở thành Pháp sư Đạo Chứng.

Tôi có một người bạn đồng học hiện là giáo sư tại một trường đại học ở Hoa Kỳ, cũng là một nhà khoa học về thực phẩm nổi tiếng trên thế giới. Khi anh còn đang học trung học, bỗng nhiên mắc phải một cơn bệnh nặng. Cha mẹ đưa đi bác sĩ khắp nơi, làm rất nhiều xét nghiệm cực khổ. Một hôm, tại Tổng y viện Vinh Dân, kết quả xét nghiệm tìm thấy trong phim chụp X quang phần ngực của anh có một vết đen lạ. Nhưng lúc đó bác sĩ cũng chưa có kết quả chẩn đoán chính xác.

Người bạn học này của tôi vì chịu rất nhiều đau khổ nên khởi tâm từ bi, rất cảm thông với nỗi đau khổ của người khác. Lúc học lên đến bậc đại học, anh bắt dầu học Phật pháp, lại còn phát tâm thọ trì Năm giới. Sau khi thọ giới, anh càng chí thành, tinh tấn.

VÌ KIÊN TRÌ GIỮ GIỚI MÀ TỪ BỎ HỌC VỊ THẠC SĨ

Sau đó, lúc đang học chương trình cao học ở Hoa Kỳ, bài vở và việc thực nghiệm rất bận rộn. Mỗi ngày anh phải thức đến 12 giờ đêm hay 1 giờ sáng. Lâu ngày, do học nhiều và làm việc quá sức, lại thiếu ngủ nghỉ cũng như ăn uống thất thường, nên dần dần anh thấy xuất hiện một số triệu chứng: môi trở nên trắng bệch.

Khi anh sắp lấy được học vị thạc sĩ, lần cuối cùng phải làm một cuộc thí nghiệm, đòi hỏi phải giết rất nhiều chuột trong khi thực hiện. Anh vốn đã có bản tính từ bi, lại thêm tinh thần trì giới, nên kiên quyết không làm việc sát sinh, quyết định từ bỏ học vị thạc sĩ sắp có được. Người nhà và bè bạn đều chê trách: "Tại sao đã chịu cực khổ học hành ở Hoa Kỳ lâu như vậy mà cuối cùng lại bỏ đi? Biết bao người mong muốn có được học vị này, nay anh sắp có được sao lại từ bỏ? Chẳng lẽ chỉ vì không muốn giết chuột lại từ bỏ một công trình khó nhọc lâu ngày như vậy hay sao?..."

LÒNG TỪ BI VƯỢT THẮNG DỤC VỌNG CÔNG DANH

Anh là một người rất ôn hòa nên không muốn biện luận, phân trần gì cả. Nhưng tâm từ bi và trí tuệ học Phật của anh đã vượt thắng lòng ham muốn công danh, lợi lộc của thế gian. Do đó anh đổi ngành học để không còn phải sát sinh trong việc nghiên cứu.

Anh lại phải khó nhọc rất lâu, nhưng cuối cùng cũng có được học vị thạc sĩ. Do tích lũy sự mệt nhọc lâu ngày thành bệnh, và anh mắc bệnh ung thư máu. Anh đã trải qua đủ mọi cách xét nghiệm khổ sở, anh cũng biết được trình trạng vô phương cứu chữa của mình nên từ chối nhập viện.

Anh kiên trì ăn chay trường, kiên trì và chí tâm niệm Phật. Trong thời gian này, anh lại tiếp tục đeo đuổi học vị tiến sĩ ở trường đại học *Wisconsin* tại Hoa Kỳ. Ở vào tình trạng bệnh tật như anh, đối với người khác hẳn đã không thể nào duy trì được ý chí và nghị lực, nhưng cuối cùng anh vẫn lấy được học vị tiến sĩ ở trường đại học *Wisconsin*.

Trong khi theo đuổi việc học tập, cho dù bận rộn đến

đâu anh cũng không từ bỏ việc sớm tối tụng kinh, niệm Phật. Nhờ sức Phật gia hộ, cũng như nhờ sức công đức giữ giới không sát sinh, thành tâm niệm Phật, khiến anh có thể duy trì được cuộc sống an lạc, bình thường. Đây là một sự cảm ứng âm thầm không thể nghĩ bàn. Cuối cùng, anh đã khỏi hẳn bệnh ung thư máu trước sự ngạc nhiên của giới y khoa.

PHÓNG SINH LÀ CỨU LẤY SINH MẠNG CỦA CHÍNH MÌNH

Qua câu chuyện của người bạn nói trên, tôi nhận ra rằng ai có tâm từ bi thì người đó có một phước báu đặc biệt. Phóng sinh chính là sự khai phóng, sinh khởi lòng từ bi. Anh thà từ bỏ học vị mà mọi người mong muốn để giữ lại mạng sống cho những con chuột thí nghiệm. Khi làm như vậy, anh vốn cũng không có chỗ mong cầu, chỉ vì không đành lòng trước nỗi đau khổ của chúng sinh, lại tôn trọng giới luật của đức Phật nên quyết không sát sinh.

Anh đã ở vào tình trạng kiên quyết "thà trì giới mà chết", nhưng kết quả ngược lại đã không chết mà cũng không phải khổ! Anh hiện nay còn có thể đi đến các nơi trên thế giới để diễn giảng học thuật, sắc mặt cũng hồng hào, bình thường trở lại.

TIỀN BẠC, HỌC VỊ ĐỀU KHÔNG ĐỔI ĐƯỢC MẠNG SỐNG

Khi mạng sống của chúng ta kết thúc, cho dù tiền bạc có nhiều bao nhiêu, học vị có cao bao nhiêu cũng không cách nào mua lại được một phút sinh mạng. Sinh mạng đáng quý như vậy, cho dù là một con trùng nhỏ, chúng ta cũng không cách nào khiến nó đã chết rồi sống lại. Cho nên khi nó còn sống, phải biết trân quý, tôn trọng sự sống tự do, an ổn của nó.

Lúc bình thường, chỉ cần dùng rất ít tiền bạc là có thể cứu giúp, tránh được sự sợ hãi của loài vật khi bị giết, có thể đem lại cho nó sự sống, sao ta lại không chịu làm? Nếu chúng ta thử đặt mình vào tâm trạng phải đối diện với cái chết, hoặc bỗng nhiên mạng sống bị rơi vào trong tay kẻ khác, sắp bị giết hại, thì chúng ta sẽ cảm nhận ngay được tâm trạng khát vọng, mong mỏi được phóng sinh như thế nào!

Không nỡ để chúng sinh khổ,
Không nỡ để thánh giáo suy.
Do nhân duyên như vậy,
Phát khởi tâm đại bi.

TÂM TRẠNG CỦA NGƯỜI SẮP BỊ GIẾT HẠI

Có một người họ Hứa làm việc ở trường trung học Đông Sơn. Một hôm, ông ở lại trong ký túc xá của nhà trường. Ban đêm, có một bọn trộm lẻn vào, bắt ông trói lại và bịt kín mắt. Trong bóng tối, ông nghe bọn chúng bàn với nhau là phải giết chết ông, vì ông đã thấy mặt bọn chúng, e rằng sẽ gây bất lợi về sau. Bọn cướp tay cầm hung khí, trói gô ông lại. Ông thuật việc đó như sau:

"*Tuy chỉ có ba tiếng rưỡi đồng hồ mà đối với tôi như cả một đêm dài dằng dặc, dài nhất trong cả cuộc đời tôi...*"

Ông trải qua một tâm trạng cực kỳ kinh sợ, rối loạn, chẳng khác nào một con vật đang chờ đợi bị giết. May sao, trong lúc hoảng hốt đó ông chợt nhớ đến đức Phật *A-di-đà*, nhớ đến thế giới Cực Lạc là nơi mình có thể sinh về. Do đó, ông vội một lòng niệm Phật, cầu Phật tiếp dẫn vãng sinh. Không ngờ, ông niệm Phật hồi lâu thì bọn cướp cuối cùng đổi ý không giết ông, kéo nhau bỏ đi.

Tâm trạng được sống sót sau khi đối diện với cái chết thực sung sướng làm sao! Ông họ Hứa này từ đó về sau hết sức đề xướng, cổ động cho việc không sát sinh, làm việc phóng sinh. Bản thân ông đã cảm nhận một cách sâu sắc rằng: giảm một phần nghiệp giết hại là thêm một phần khí chất từ bi, an lành; cũng như công đức niệm Phật thật không thể nghĩ bàn, có thể khích lệ người phát tâm từ bi và thay đổi nhân quả xấu ác cho cả hai bên.

LỜI KẾT

Thời mạt pháp suy vi, yêu ma mê hoặc mọi người. Thường thường nghe nói việc giới sát phóng sinh là hành vi ngu si chẳng có ý nghĩa gì. Tuy nhiên, hy vọng mọi người có thể thâm thiết thể hội và suy nghĩ: Đức Phật lẽ nào có thể nói dối hay sao? Các vị Tổ sư như Trí Giả, Vĩnh Minh, Liên Trì, Ấn Quang... lẽ nào là ngu si cả hay sao?

Hàng ngàn, hàng vạn sự thực chứng cảm ứng về việc giới sát phóng sinh từ xưa nay vẫn còn rành rành, đó là giả tạo hay sao? Hy vọng chúng ta có thể thấu hiểu sâu sắc được tấm lòng của các bậc thánh nhân, hiểu rõ đạo lý sâu xa. Nguyện cho tất cả mọi người đều thấu hiểu sâu xa, nỗ lực đề xướng việc phóng sinh, nắm lấy cơ hội thân người khó được này để tuyên dương, vận động cho việc giới sát, phóng sinh, mang lại sự sống yên vui cho muôn ngàn sinh mạng. Đó mới thật là một việc làm vô cùng vĩ đại, xưa nay hiếm có!

PHẦN II.

NHỮNG CÂU CHUYỆN PHÓNG SINH

A. PHÓNG SINH ĐƯỢC PHƯỚC BÁU

TÂM TỪ BI CHUYỂN HÓA CÔN TRÙNG

Câu chuyện sau đây được ghi lại theo lời kể của Đại đức Thích Nhuận Châu. Thầy hiện nay đang tu học tại Tịnh thất Từ Nghiêm, Đại Tòng Lâm.

Đại đức Thích Nhuận Châu từ khi mới xuất gia theo học với Thượng tọa Thích Quảng Hạnh, cùng với một số huynh đệ khác tu tập tại chùa Đức Sơn, thuộc huyện Tân Thành, tỉnh Bà Rịa Vũng Tàu. Vào những năm cuối thập niên 1980, chùa được xây dựng trong vùng dân mới lập nghiệp, điều kiện kinh tế nói chung còn rất khó khăn. Dân cư trong vùng đa số chỉ sống nhờ vào nông nghiệp. Nhà chùa cũng có được một khoảnh đất khá rộng để trồng tỉa, tự túc một phần lương thực cho đồ chúng.

Vụ mùa năm ấy, cũng như thường lệ, quý thầy trồng đậu phộng để ép dầu ăn quanh năm. Khi đậu vừa lên xanh tốt, bỗng thấy bắt đầu xuất hiện nạn sâu rầy ăn lá, khiến cho những cây đậu đang tươi tốt chẳng bao lâu trở thành vàng vọt, không phát triển. Những người nông dân quanh đó liền lập tức sử dụng thuốc trừ sâu phun xịt liên tục. Vì thế, đám đậu phộng của nhà chùa trở thành nơi trú ẩn của đám côn trùng. Trong khi những ruộng đậu chung quanh ngày càng xanh tốt trở lại thì ruộng đậu của chùa vẫn cứ vàng vọt, tưởng như sắp chết cả.

Mấy chú tiểu trong chùa thấy vậy nóng lòng, muốn sử dụng thuốc trừ sâu để cứu lấy ruộng đậu, nhưng thầy Nhuận Châu và các thầy khác đều ngăn lại. Quý thầy nói: "Vì sự sống của mình mà diệt sự sống của muôn loài, như vậy đâu có hợp với lòng từ bi của nhà Phật? Huống chi, ruộng đậu này có mất sạch thì chúng ta cũng chưa đến nỗi phải chết, vậy sao lại nỡ dứt đi con đường sống của muôn vạn côn trùng?"

Tuy nói thì nói vậy, nhưng trong điều kiện kinh tế khó khăn khi ấy, phần thu hoạch mỗi năm của đám đậu phộng này là một phần chính yếu cho sự sống của tăng chúng trong chùa, nên quý thầy cũng không khỏi lo lắng. Vì thế, mấy hôm sau thầy Nhuận Châu liền mời thêm mấy thầy nữa cùng đi lên đám đậu phộng. Thầy đứng ở đầu đám đậu phộng, lâm râm khấn nguyện rằng: "Hết thảy các chúng sinh côn trùng xin hãy nghe đây. Quý vị cũng vì sự sống mà nương náu nơi đây. Chúng tôi cũng vì sự sống mà phải gieo trồng đám đậu phộng này. Nay chúng tôi không đành lòng làm hại quý vị, chỉ mong quý vị hạn chế sự tàn phá, để tăng chúng trong chùa còn thu hoạch được đôi chút." Khấn nguyện như vậy rồi, các thầy cùng nhau trì chú Đại bi ngay tại đám đậu phộng, cầu sức gia hộ của thần chú để chuyển hóa tình trạng bế tắc này.

Thật kỳ diệu! Khoảng vài tuần sau đó, khi ra thăm lại đám đậu phộng, quý thầy đều ngạc nhiên khi thấy sự tàn phá trên đám đậu phộng dường như không còn nữa. Đám đậu phộng tuy vẫn chưa hết màu vàng vọt nhưng đã thấy đâm lá non và phát triển đôi phần.

Kỳ lạ hơn nữa, đến vụ thu hoạch thì mỗi gốc đậu của nhà chùa đều sai trái, chắc hạt, dù cây đậu rất vàng vọt, ốm yếu. Trong khi đó, những đám đậu quanh đó tuy xanh tốt, rậm rạp nhưng khi nhổ lên lại chẳng được mấy trái! Năm ấy, chùa Đức Sơn được một mùa bội thu kỳ diệu, và cũng được một bài học thực tế vô cùng quý giá rằng lòng từ bi có thể chuyển hóa được tất cả.

THỰC HÀNH PHÓNG SINH CHUYỂN HÓA GIA ĐÌNH

Cách đây ít lâu, tôi lại có dịp ghé thăm thầy Nhuận Châu và vô cùng ngạc nhiên khi thấy thầy đang sử dụng một chiếc máy tính xách tay đời mới nhất! Là những người làm công việc biên khảo và dịch thuật kinh điển, chúng tôi ai cũng ao ước có được một chiếc máy tính xách tay cấu hình mạnh, vì như vậy sẽ hỗ trợ rất nhiều cho công việc, nhất là những khi có việc phải đi lại nhiều nơi. Tuy nhiên, với một tăng sĩ sống đời đạm bạc như thầy Nhuận Châu mà có tiền để mua chiếc máy tính xách tay này thì quả là điều khác lạ. Dù được quen biết thầy đã lâu, nhưng tôi cũng thấy khó hiểu được sự kiện này.

Khi tôi đánh bạo thưa hỏi, thầy bật cười vui vẻ rồi nói: "Chuyện dài lắm, nhưng nói tóm một điều là tôi làm gì có tiền để '*xài sang*' đến thế! Chiếc máy tính này là của một người Phật tử mua gửi cúng dường cho tôi. Còn nhân duyên vì sao mà có sự cúng dường này tôi sẽ kể cho anh nghe. Tôi nghĩ, khi nào có dịp anh cũng nên kể lại cho nhiều người cùng biết."

Và rồi thầy chậm rãi kể lại cho tôi nghe đầu đuôi câu chuyện.

Số là, cách đây khoảng một năm, có một nữ Phật tử

là Việt kiều về thăm quê, được một người đệ tử của thầy Nhuận Châu giới thiệu về thầy nên sau khi trở về nhà ở nước ngoài liền viết cho thầy một bức thư khá dài. Trong thư, bà than vãn về vô số những chuyện rắc rối gần đây liên tục xảy ra với gia đình bà, nhất là những bất đồng giữa mọi người trong gia đình mà hầu như chẳng bao giờ có thể thấy được nguyên nhân rõ ràng. Cuối cùng, bà khẩn thiết xin thầy một lời chỉ dạy, một lời khuyên bảo, rằng bà phải làm gì để có thể sớm giải tỏa được những khó khăn trong cuộc sống như thế này?

Thầy Nhuận Châu nói: "Thú thật, có lẽ đây là yêu cầu khó nhất đối với tôi từ xưa nay. Tôi chưa từng biết qua người nữ Phật tử này cũng như gia đình của bà, càng không thể hiểu được nội tình những sự rắc rối, khó khăn mà bà đang gánh chịu. Như vậy làm sao có thể giúp bà ấy một lời khuyên cụ thể? Nhưng bà cứ một mực đặt niềm tin nơi tôi, khẩn thiết cầu mong tôi chỉ giúp cho bà một lối thoát trong hoàn cảnh bế tắc hiện tại. Vì thế, tôi nghĩ chỉ có một phương pháp duy nhất là phải tạo phước đức để hóa giải những tội nghiệp từ trước. Mà muốn tạo phước đức một cách nhanh chóng nhất thì không gì bằng thực hành phóng sinh. Thế là tôi viết thư cho bà ấy, khuyên bà hãy kiên trì thực hành hạnh phóng sinh trong 6 tháng, sau đó hãy viết thư cho tôi biết kết quả. Ý tôi là sau thời gian này, với hạt giống thiện căn đã gieo trồng, hy vọng bà ta có thể sẽ sáng suốt hơn trong việc nhìn lại vấn đề. Và như vậy tôi mới có thể giúp bà đưa ra một lời khuyên, một giải pháp cụ thể nào đó..."

Sáu tháng sau, quả nhiên thầy nhận được thư trả lời của người nữ Phật tử này. Kết quả hoàn toàn bất ngờ. Thầy không cần phải đưa ra thêm bất cứ một lời khuyên nào khác, vì bà ta không còn đòi hỏi gì hơn nữa ngoài việc hết lời cảm ơn sự chỉ dạy của thầy. Mọi vấn đề đều đã được giải quyết một cách tốt đẹp đến không ngờ. Và hiện tại bà ta vẫn tiếp tục thực hành việc phóng sinh như một phần trong cuộc sống hằng ngày. Câu chuyện được bà kể lại như sau.

Với sự hướng dẫn chi tiết trong thư của thầy Nhuận Châu, người nữ Phật tử này lập tức kính cẩn làm theo. Bà dành nhiều thời gian và tiền bạc để tìm mua các loài vật như chim, cá... và thả cho chúng trở về với tự nhiên. Chồng bà là một người nước ngoài, thấy bà làm như vậy thì lấy làm lạ, liền hỏi nguyên do. Theo lời dạy của thầy, bà nói rằng làm như vậy để được phước đức, cầu sự an ổn trong gia đình. Chồng bà không tin lắm, nhưng cũng không có ý cản trở. Không ngờ chỉ ít lâu sau đó, ông ta chợt nhận ra một điều lạ là mỗi khi họ dừng xe ở đâu đều có những bầy chim bay đến đậu quanh đó, cất tiếng kêu ríu rít. Khi xe lăn bánh rồi chúng vẫn còn bay theo một đoạn xa như tiễn biệt. Rồi ít lâu sau nữa, sáng nào khi họ chạy xe ra khỏi nhà cũng đều có những con chim bay đến chào mừng.

Người chồng bắt đầu tin rằng việc phóng sinh không phải là vô ích. Ông đã nhận ra rằng loài vật cũng có những tình cảm và sự biết ơn không khác loài người. Vì thế, ông cũng bắt đầu cùng tham gia vào việc mua chim phóng sinh với vợ mình. Khi cùng nhau làm việc này, tình cảm của họ đối với nhau bắt đầu thay đổi rõ rệt. Cả hai đều trở nên hòa nhã và biết lắng nghe, luôn tôn trọng và cảm thông với nhau. Những bất đồng giữa họ hóa ra chẳng có gì là phức tạp và khó giải quyết cả. Nhờ có dịp tìm đến tiếp xúc với những con vật trong điều kiện bị bắt nhốt, bị giam cầm, bị đe dọa mạng sống, nên họ mới nhận ra rằng cuộc sống tự do của họ là đáng trân quý biết bao nhiêu. Và những va chạm xích mích hằng ngày trước đây đều trở nên vụn vặt không đáng kể khi so với sự may mắn lớn lao là họ đang được sống khỏe mạnh và tự do, không bị giam cầm hay đe dọa đến mạng sống. Nhờ vậy, chỉ trong một thời gian ngắn sau đó thì hai người đã trở nên một cặp vợ chồng hạnh phúc, hòa thuận.

Dần dần, có những con chim tìm đến làm tổ quanh nhà họ, vì dường như chúng cảm thấy rằng sẽ được an ổn, được che chở. Thế là họ liền nghĩ đến việc mua thực phẩm để cho chúng ăn vào mỗi buổi sáng. Sân nhà của họ không bao lâu trở thành một sân chim vào mỗi sáng, và cả hai đều không ngờ rằng việc "nuôi chim" lại có thể mang đến cho họ niềm vui vô cùng lớn lao như vậy. Chỉ cần nhìn những con chim thật dễ thương nhảy nhót vui vẻ và vô tư trên sân, không một chút lo lắng hoảng hốt, họ cảm thấy như mọi sự mệt nhọc của công việc đều tan biến.

Một thời gian sau, công việc đòi hỏi họ phải chuyển đi một nơi xa, đành phải bán căn nhà đang ở. Lúc này, với tâm từ bi đã được nuôi dưỡng trong thời gian qua, họ thực sự lo lắng cho đàn chim khi không có họ nơi đây. Vì thế, họ đã đưa ra một điều kiện trước khi chấp nhận bán nhà là người chủ mới phải cam kết bảo vệ đàn chim quanh nhà. Ngoài ra, họ còn trích từ tiền bán nhà ra một số tiền lớn và để lại cho người chủ mới để mua thực phẩm cho chim ăn. Người mua nhà hết sức ngạc nhiên trước những yêu cầu của những người bán nhà mà ông ta cho là quá kỳ lạ, nên cố gạn hỏi nguyên do. Sau khi nghe hai vợ chồng người "nuôi chim" này kể lại cặn kẽ mọi việc xảy ra kể từ khi họ thực hành phóng sinh, thật bất ngờ là người mua nhà liền phát tâm sẽ bỏ tiền mua thực phẩm cho chim ăn mà không cần hai vợ chồng người kia phải để lại số tiền ấy.

Sau khi viết thư kể lại cho thầy Nhuận Châu nghe về mọi sự chuyển biến trong thời gian thực hành phóng sinh theo lời dạy của thầy, vị nữ Phật tử kia cũng bày tỏ lòng biết ơn sâu sắc và mong muốn được kính biếu thầy một món quà nhân dịp này. Được nghe nói về công việc biên khảo và dịch thuật của thầy, bà quyết định mua gửi tặng thầy một chiếc máy tính xách tay đời mới nhất.

Có một điều thú vị là, cho đến nay thầy Nhuận Châu vẫn chưa từng gặp mặt vị nữ thí chủ kia!

THẢ CÁ ĐƯỢC THOÁT NẠN

Có một người đáp thuyền đi xa. Lên thuyền, nhìn thấy có hai con cá đang bơi lội rất vô tư trong một cái thùng, có thể đến trưa sẽ bị giết để nấu nướng. Người ấy động lòng mới nói với chủ thuyền: "Anh bán hai con cá này cho tôi đi!" Chủ thuyền đáp: "Được, nhưng giá 2 con cá này rất đắt, đến 300 đồng. Lúc nào anh muốn ăn, tôi sẽ làm thịt nấu nướng giúp anh." Người ấy vui vẻ lấy ra 300 đồng tiền đưa cho chủ thuyền để mua hai con cá, lại nói rằng: "Hôm nay tôi không thích ăn cá, xin ông đừng nấu."

Cách một ngày sau, chủ thuyền lại hỏi: "Hôm nay nấu cá cho anh ăn nhé?" Người ấy lúng túng trả lời: "Đừng! Đừng! Hôm nay tôi ăn chay!" Thật ra anh ta không ăn chay, nhưng chẳng qua muốn viện lý do để không phải giết chết hai con cá đang bơi lội trong thùng, nên mới nói dối rằng mình ăn chay. Rồi anh ta thả cá xuống sông, trả lại mạng sống và sự tự do cho chúng.

Lại cách một ngày sau, thuyền đang giong buồm trên sông, bỗng cuồng phong nổi dậy, sóng cao ngút trời, cả thuyền đều sợ khiếp vía. Đang lúc mọi người hốt hoảng quỳ lạy khẩn cầu Trời Phật cứu mạng, bỗng nhiên thấy từ trên mây hiện ra hai chữ "*giả chay*". Mọi người ai cũng thấy rất rõ. Có người liền hỏi lớn: "Trên thuyền chúng ta có người nào giả chay?" Hỏi đến mấy lần như thế thì người ấy nghĩ thầm: "Chắc là mình giả ăn chay, xúc phạm luật trời. Nếu giấu không nói ra ắt là làm hại tất cả mọi người." Nghĩ vậy rồi lập tức lớn tiếng trả lời: "Là tôi, là tôi đây!" Mọi người đều nói: "Vậy ông nhảy xuống nước đi." Rồi hè nhau xô đẩy anh ta xuống nước. Bỗng đâu trên mặt sông trôi đến một tấm ván lớn. Người ấy vừa bị đẩy xuống sông, bắt được tấm ván liền bám chặt vào một cách an toàn. Ngay khi ấy, một trận gió lớn đẩy anh tấp vào bờ và được người cứu sống. Nhìn lại chiếc thuyền kia không chịu nổi sóng to gió lớn đã lật úp, toàn bộ những người trên thuyền đều chết chìm, làm mồi cho cá.

Chúng ta thử nghĩ xem, người giả ăn chay này, chính nhờ khởi lên một niệm từ bi làm việc phóng sinh mà hóa ra đã cứu được mạng sống của chính mình!

DÙNG VOI CHỞ NƯỚC

Từ khi đức Phật *Thích-ca Mâu-ni* giáng sinh nơi cõi đời ô trược này, thuyết pháp giáo hóa muôn loài, chúng sinh mới hiểu được lý nhân quả báo ứng, sát sinh, phóng sinh. Trong kinh *Kim Quang Minh*, phẩm *Lưu thủy trưởng giả tử* có nói về tiền thân của ngài khi còn hành đạo Bồ Tát, đã trải lòng từ bi dùng voi chở nước cứu mạng chúng sinh. Câu chuyện như sau.

Thuở xưa, ở Ấn Độ có một hiền giả, là con của một vị trưởng giả, có lòng nhân từ. Ngày kia, nhân có việc ra ngoài, nhìn thấy bên cạnh núi có một ao nước rộng lớn đang bị khô cạn. Trong hồ, có một đàn cá đến hàng vạn con đang sống. Trên trời thì nắng gắt, còn dưới ao lại cạn khô dần trong nay mai, tất cả những con cá đều đang nằm thoi thóp chờ chết.

Vị hiền giả thấy rồi liền sinh lòng thương xót, lập tức về triều, vào cung yết kiến quốc vương, xin vua mở rộng lòng từ bi cấp cho 20 con voi trắng lớn để vận chuyển nước về đổ vào ao, giúp cho những loài động vật kia thoát nạn khô cạn. May thay! Vị quốc vương này là đệ tử Phật, trước đã quy y Tam bảo. Sau khi nghe lời cầu thỉnh của vị hiền giả, quốc vương hoan hỷ chuẩn tấu.

Sau đó, hai cha con hiền giả cùng đi đến quán rượu, mượn nhiều bình chứa rượu lớn, cho nước vào đầy rồi dùng voi chở đến đổ vào ao khô. Cứ mang nước đến rồi trở về lấy nước, nhiều lần qua lại mà không cảm thấy mệt nhọc chút nào, chỉ nghĩ đến sự sống còn của bầy cá dưới ao mà cố gắng không ngừng. Ông trời hình như cảm động tấm chân tình đó, nên đã bắt đầu rưới xuống những trận mưa lớn, thấm nhuần muôn loài cùng vạn vật, ban sự sống cho muôn vạn sinh linh. Cuối cùng, hàng vạn mạng sống trong hồ đã được cứu sống. Vị hiền giả thấy thế lòng vô cùng hoan hỉ, lại còn vì đàn cá nói pháp *vô thường, khổ, không, vô ngã*... Đàn cá số đông đến mười ngàn con, đã có phúc duyên được cứu sống lại nhờ nghe pháp, hiểu rõ lý nhân quả báo ứng, phát tâm bỏ ác làm lành, nên ngay trong ngày cùng bỏ thân cá, thần thức thác sinh lên cõi trời *Đao-lợi*, hưởng phước vô cùng.

SA DI CỨU ĐÀN KIẾN

Chuyện kể rằng có chú *sa-di* là đệ tử của một bậc cao tăng. Vị này đã tu chứng *Túc mạng thông*, biết đệ tử của mình sẽ bị chết yểu và thời gian sống chỉ còn 7 ngày thôi. Ngài bèn gọi chú *sa-di* đến cho phép về gia đình thăm mẹ và người thân, dặn đến ngày thứ tám hãy trở lại chùa. Bổn ý của ngài là muốn chú *sa-di* khi từ giã trần gian này được chết trong vòng tay ấm cúng của gia đình, bên cạnh người thân.

Khi thăm mẹ và người thân xong, chú *sa-di* trở về chùa đúng thời hạn quy định. Vị thầy thấy đệ tử chẳng những không chết mà dung mạo lại thêm tươi tắn, trong lòng cảm thấy kỳ lạ. Ngài liền nhập định tìm xét lý do. Hóa ra, chú *sa-di* trên đường trở về thăm nhà gặp một trận mưa lớn, nên tìm nơi trú. Sau khi hết mưa, chú định tiếp tục lên đường, chợt thấy bên hè nhà có một đàn kiến rất đông đang bị nước cuốn trôi. Chúng cố dùng chân quờ quạng tìm chỗ bám víu, cố chống chọi với cơn đại nạn. Có con vì yếu sức đành buông xuôi, mặc cho dòng nước cuốn trôi số phận nhỏ nhoi của mình. Thấy rồi, chú *sa-di* chạnh nghĩ: "Bầy kiến kia nào có khác chi người, cũng đang cố gắng giành giật lấy sự sống trong tự nhiên. Trong lúc gian nan nguy cấp này, sao ta lại không cứu giúp?” Thế là, chú *sa-di* nhặt một cành cây bên cạnh bắc qua làm cầu, lần lần cứu đàn kiến ra khỏi dòng nước.

Khi ấy, vị thầy liền gọi chú *sa-di* đến và nói: “Ta cho con về quê thăm mẹ là vì biết mạng sống của con chỉ còn không quá 7 ngày. May nhờ con biết khởi lòng từ bi cứu sống cả đàn kiến đông đảo, nên công đức lớn lao ấy đã giúp con được kéo dài tuổi thọ, được thêm tướng tốt”.

Quả nhiên, về sau chú *sa-di* ấy thọ đến 80 tuổi. Và sau sự việc đó chú càng tinh tấn tu hành, chứng được quả *A-la-hán*, vĩnh viễn dứt mọi nỗi khổ trôi lăn trong sáu đường.

THẦY ĐỒ THẢ CÁ LÝ NGƯ

Ở tại địa phương kia có một thầy đồ họ Khuất. Một hôm đang đi dạo bên bờ sông, thấy ngư phủ câu được một con cá lý ngư màu đỏ, định đem ra chợ bán. Khi nhìn con cá đang giãy giụa, thầy Khuất bỗng khởi lòng từ bi, thấy như ánh mắt đau đớn của nó đang hướng về thầy cầu cứu. Lòng không nỡ nhìn thấy cảnh ấy, thầy liền bỏ tiền mua lại con cá, xong đem đến chỗ vắng thả lại xuống sông.

Về sau, thầy mang chứng bệnh trầm trọng, sắp phải qua đời. Một đêm, đang nằm thoi thóp trong phòng, bỗng mơ thấy có một người tướng mạo oai phong lẫm liệt, tự xưng là Long vương. Long vương bảo thầy Khuất: "Thọ mạng của tiên sinh lẽ ra đến đây đã dứt, song vì thầy có lòng từ bi cứu mạng con ta là thái tử Long cung nên được phước báu, có thể sống thêm 12 năm nữa." Nói xong biến mất. Năm ấy, Khuất tiên sinh mới được 48 tuổi.

Thầy Khuất tỉnh dậy, bệnh tật dường như tiêu mất, trong người khỏe khoắn bình thường. Từ đó tiếp tục sống cho đến 60 tuổi, rồi không bệnh mà chết, con cháu đông vầy, nhiều đời vinh hiển.

BẦY CHIM CHÔN CẤT ÂN NHÂN

Tôn Lương vốn là người quê mùa nhưng lòng dạ rất nhân hậu, tuy cảnh nhà nghèo túng nhưng thường làm việc cứu vật phóng sinh.

Mỗi lần đi đâu, thấy những con chim bị người giăng bẫy bắt nhốt trong lồng, ông liền đem tiền dành dụm mua chim rồi thả chúng bay đi. Lúc mở cửa lồng để thả chim, nghe tiếng chim kêu ríu rít, rồi bay lượn vòng trên hư không trông rất tự do tự tại, lòng ông cảm thấy vui thích, khoan khoái. Và như thế, ông cũng không biết là mình đã thả được bao nhiêu bầy chim rồi, cho dù cuộc sống của ông vẫn nghèo thiếu.

Ông mất vào năm 70 tuổi. Do không có người thân cũng không có bằng hữu, lại thêm gia cảnh nghèo khó nên không có tiền của để lại lo việc tang ma, không người chôn cất. Cuối cùng, người ta đem thi thể của ông bỏ nằm ở vùng núi ngoài thành, trông rất thê thảm.

Bỗng dưng, có một bầy chim cả ngàn vạn con cùng bay đến, đông rợp cả bầu trời. Trong miệng mỗi con ngậm một cục đất, bay nhả thành hàng trên thi thể của Tôn Lương. Không quá một ngày đã chất đầy đất lên như một ngọn đồi lớn.

Tôn Lương đã được an táng một cách hy hữu như thế. Mọi người chung quanh thấy việc kỳ lạ, họ cố tìm nguyên nhân. Cuối cùng mới hiểu, do vì lúc sanh tiền Tôn Lương thường mua chim phóng sinh, bầy chim cảm ơn cứu mạng nên ngậm đất đắp mộ để báo đáp.

PHÓNG SINH TĂNG TUỔI THỌ

Niên hiệu Đạo Quang nhà Thanh (1821-1850), có vị Thái thú Đồ Cầm Ô, trước lúc làm quan đã từng bệnh rất nặng, lại thêm uống nhầm thuốc nên suýt phải mất mạng. Trong lúc nguy ngập sắp từ trần, Thái thú phát nguyện: "Nếu được tai qua nạn khỏi, nguyện sám hối nghiệp chướng đã gây tạo, làm tất cả việc lợi ích cho mọi người." Công danh phú quí đối với ông giờ đây như nước chảy mây bay, không còn vướng bận nữa.

Đêm nọ, Thái thú nằm mộng thấy đức Quán Âm Đại sĩ hiện ra nói rằng: "Đời trước ngươi đã từng làm quan ở nước Sở, do xử lý công việc quá nghiêm khắc nên tổn thương đến lòng nhân hậu. Tuy công tâm làm việc nhưng cũng bị quả báo giảm mất tước vị và bổng lộc, thêm nữa là hay sát sinh hại vật nên đời nay quả báo phải bị chết yểu. May sao trong lúc bệnh ngươi đã phát thệ nguyện kiên cố, niệm niệm đều mong được làm lợi ích cho chúng sinh, không mảy may có tâm oán trách, nên thay đổi được nghiệp báo, có thể tạm qua được cơn bệnh này. Nhưng chỉ có mỗi một việc phóng sinh mới có thể tăng thêm phúc lộc và tuổi thọ, ngươi cần phải cố gắng.

Sau khi tỉnh giấc, Thái thú ghi nhớ rõ ràng từng lời trong giấc mơ và hối hận về những lỗi lầm của mình đã tạo từ trước, nên càng quyết tâm sửa ác tu thiện và cùng gia đình đồng giữ giới không sát sinh, lại thường xuyên làm việc phóng sinh.

Mùa đông năm ấy, vua ban chiếu lệnh đưa ông đến nhậm chức Thái thú Cửu Giang - Viên Châu. Phước báo đến với ông quá bất ngờ, ân đức vượt trội, khiến ông càng tích cực làm lành hơn nữa. Sang mùa đông năm sau, ông lành bệnh, lại còn khỏe mạnh hơn xưa. Đó là do phước báo phóng sinh cảm nên vậy.

PHÓNG SINH ĐƯỢC PHƯỚC, SỐNG LÂU

Trước kia, ở Tô Châu có một người tên Vương Đại Lâm, cả đời rất thương mến loài vật. Bất kể là loài vật nào ông cũng yêu thương và thường mua những con vật bị bắt đem phóng sinh.

Khi thấy trẻ em trong thôn làng bắt các loài vật như cá, chim để vui chơi, ông liền dùng lời nhẹ nhàng khuyên răn, giải thích là làm như thế sẽ giảm lòng từ bi. Sau đó còn đem tiền cho bọn trẻ để đổi lấy con vật, rồi tìm chỗ an toàn thả chúng đi.

Ông thường khuyên nhủ thạnh thiếu niên: "Khi còn trẻ, các con cần rèn luyện đức tính nhân từ, thương mến sinh mạng chúng sinh, các con không nên nuôi dưỡng thói quen tàn nhẫn, giết hại chúng nó."

Đám trẻ trong làng đều nghe theo lời khuyên dạy chân tình của ông, nên trở thành những đứa trẻ hiền lành, ngoan ngỗn, hiếu thảo, thương người. Cha mẹ, người thân của chúng, ai cũng vui mừng khôn kể. Cho đến các bậc phụ huynh của những làng lân cận thấy thế, cũng bắt chước phương pháp ấy mà dạy dỗ con mình.

Có thời gian, Vương Đại Lâm bệnh nặng sắp chết, trong cơn mê sảng bỗng nghe có người nói với ông: "Ông cả đời thương vật phóng sinh, phước báu và công đức vô lượng, nên được tăng tuổi thọ, sống thêm 36 năm nữa".

Sau đó, ông được lành bệnh. Sống thọ đến năm 97 tuổi mới từ biệt cõi đời. Con cháu năm đời đều vinh hiển và cùng sống chung trong một đại gia đình, thật hạnh phúc.

ĐÀO AO PHÓNG SINH

Vào thời Trần - Tùy, Đại sư Trí Khải là Tổ sư của tông Thiên Thai. Vua Tùy Dạng Đế kính ngài là bậc đạo hạnh, nên ban hiệu là Trí Giả.

Đại sư cảm thương cho sự tàn ác của người đương thời, giết hại muôn vạn sinh linh chỉ vì tìm cầu chút vị ngon nhất thời của cái lưỡi. Ngài muốn khuyến hoá mọi người phát triển tâm từ bi, nên đã cùng với nhiều đệ tử đi quyên góp khắp nơi. Số tiền xin được, ngài mua một miếng đất rộng dài, ra sức đào ao thả cá, lại khuyên dạy người đời giữ giới không sát sinh và phóng sinh. Đồng thời, ngài tâu lên triều đình xin vua hạ lệnh cấm không được bắt cá trong ao. Đến niên hiệu Trung Quán nhà Đường vẫn còn giữ nguyên lệnh ấy.

Sang các đời vua khác, đều là các vị minh quân cùng các bậc cao tăng đồng xướng đạo dẫn đường dạy mọi người tu Mười điều lành. Niên hiệu Càn Nguyên, đời vua Đường Túc Tông, triều đình từng hạ chiếu ra lệnh cho các châu, huyện đều phải đào ao phóng sinh. Niên hiệu Thiên Hi năm đầu, đời Tống Chân Tông, cũng hạ chiếu lệnh bắt mọi người mở rộng việc đào ao thả cá. Tây Hồ ở Hàng Châu trước kia cũng là một ao phóng sinh, hiện nay là một thắng cảnh danh tiếng tại Trung Quốc.

Khi nhà Minh lên ngôi, Đại sư Liên Trì đã từng ở nơi đây tạo thêm hai ao phóng sinh, còn lập bia ghi chép sự lợi ích của việc phóng sinh hộ vật, và truyền rộng khắp thiên hạ. Từ đó cho đến nay, phong tục hay đẹp này đã ảnh hưởng sâu rộng trong nhân gian, người có lòng nhân, phát tâm từ bi thật vô số kể.

THƯƠNG CON ĐỨT RUỘT

Đời Tấn bên Trung Hoa, tại xứ Nhữ Nam có một người tên Hứa Chân Quân, thuở thiếu thời có thú vui săn bắn. Ngày kia, anh vào rừng săn thú, bắn trúng một nai con. Vừa định buông cung đến bắt nai, bỗng đâu có bóng con nai lạ từ xa phóng lại gần xác nai con, dùng miệng liếm trên vết thương của con vật. Nó không màng đến kẻ thù đang đứng bên cạnh, bao nguy hiểm đang rình chờ, chỉ cất lên tiếng kêu sầu não và bày tỏ cử chỉ yêu thương với con vật đã chết.

Hứa Chân Quân nghĩ chắc đây là con nai mẹ, mới có cử chỉ trìu mến với chú nai nhỏ như thế, nên cũng chạnh lòng thương cho tình mẫu tử của chúng nó. Chỉ lát sau, nai mẹ ngã xuống đất chết. Hứa Chân Quân mang hai con nai trở về nhà, định xẻ thịt nấu thức ăn, phần còn lại sẽ đem phơi khô làm lương thực khi cần. Anh dùng dao mổ bụng nai mẹ trước, mới thấy là lá gan của nó đã nát ra, còn ruột thì đứt thành từng đoạn nhỏ. Thấy rồi, Chân Quân cảm động cho tình mẫu tử sâu đậm của loài vật, càng nghĩ càng thương đến ứa nước mắt. Từ đó, Quân vô cùng hối hận, bẻ gảy cung tên và từ bỏ nghề săn bắn.

Tất cả loài vật đều có tình mẫu tử thiêng liêng như con người không khác. Giây phút sinh ly tử biệt, người mẹ nào không thương xót con mình. Hơn nữa, người mẹ còn bất chấp cả nguy hiểm đang chờ, chỉ một bề muốn cứu con thoát khỏi hoạn nạn.

Nai mẹ kia nào khác với con người, thương con đến tan nát cả ruột gan. Ôi! Trên đời còn có gì sâu nặng hơn tình mẫu tử ư! Người ta sao nỡ vì miếng ăn ngon mà gây ra sự chia lìa sinh ly tử biệt?

Về sau, Hứa Chân Quân được tiến cử làm quan. Nhân ý thức cuộc danh lợi chỉ như sương trên đầu ngọn cỏ nên đã sớm từ quan, lui về ở ẩn, theo thầy học đạo. Sau đó, ông chu du khắp nơi cứu dân độ thế, dạy người làm lành, lánh dữ. Sau khi tạ thế, vẫn còn hiển linh giúp dân. Vua Tống truy phong là *Thần Công Diệu Tế Chân Quân*, người đời gọi là *Hứa Chân Quân* hay *Hứa Tinh Dương*.

B. SÁT SINH CHỊU ÁC BÁO

ĐỨT LƯỠI VÌ DAO MỔ TRÂU

Trước đây, ở vùng Giang Tô, huyện Thường Thục, cạnh sông Hoàng Hà, trong ngôi nhà tranh nghèo lụp xụp có một người sống bằng nghề giết trâu. Cứ mỗi lần người ấy sắp làm thịt trâu, thì việc đầu tiên là cắt lấy lưỡi. Tội cho những con trâu bạc phước, đang còn sống mà bị người cắt lấy lưỡi, đau đớn vô cùng, rống tiếng kêu đau. Vậy mà người ấy không một chút động lòng, thản nhiên coi như chuyện bình thường. Khi hoàn tất công việc, người ấy đem lưỡi trâu về nhà ngâm rượu, đúng ngày đem ra nhâm nhi, hả hê với thức ăn đặc biệt do mình chế biến, chỉ riêng trâu ngậm ngùi.

Có một hôm, ông để con dao mổ trâu phía trên cánh cửa ra vào, chợt nghe tiếng hai con chuột kêu rúc rích trên ấy. Tò mò, ông muốn biết xem chúng làm gì, nên bước lại gần ngước đầu nhìn lên. Thì ra hai con chuột kia nghe mùi tanh từ con dao mổ, tưởng là có thức ăn ngon nên đến tranh nhau, nào ngờ đụng vào con dao rơi xuống trúng ngay miệng của người đồ tể ấy, khiến cho đầu lưỡi của ông đứt lìa. Ông đau đớn giẫy giụa hồi lâu rồi mới chết.

Người đồ tể kia một đời sát sinh hại vật, thói quen thành nghiệp, nên dửng dưng trước những đau đớn của loài vật.

Ưa thích rượu thịt, cắt lưỡi chúng sinh, tội nhiều biết bao! Nếu ông hiểu được lý nhân quả nghiệp báo thì có lẽ đã lường trước được sự báo ứng mà dè dặt trong hành động, không để cho tâm hiếu sát sai khiến, hẳn đã biết dừng dao tạo nghiệp, không gây thương tổn cho loài vật như thế!

ĐAU ĐỚN SUỐT BA THÁNG

Nơi miền Giang Tô, thuộc trấn Nam Tường, huyện Gia Định, bên cạnh sườn núi phía nam, có một người tên Tào Thăng Nguyên, rất thích ăn thịt chó, thường giết chó để ăn thịt.

Hôm ấy, Tào Thăng Nguyên đem con chó đã giết chết ngâm vào trong chậu nước, đang lúc tính toán sẽ phân chia thịt chó ra mấy phần. Bỗng con chó từ trong chậu nước ngồi bật dậy nhảy cao khoảng một thước, đầu sấn vào Tào Thăng Nguyên há miệng thật lớn cắn một cái, máu từ thân người của hắn chảy ra dầm dề. Quá đau đớn nên hắn hôn mê bất tỉnh. Trong cơn mê hắn nhớ lại tất cả cảnh hắn đã từng giết chó, và bị vô số chó chạy theo rượt cắn, nên sợ hãi kêu la. Người bàng quan không một ai dám nhìn tình trạng thê thảm của hắn.

Sau khi Tào Thăng Nguyên bị chó cắn, kiếm tìm thầy thuốc trị bệnh, nhưng thuốc thang đều vô hiệu, bệnh không chút thuyên giảm. Thế rồi, vết thương càng ngày càng thêm lở loét, đau nhức thấu ruột gan, kêu khóc suốt ngày đêm, trọn ba tháng rồi mới chết. Quanh vùng ấy, những người thích ăn thịt chó, thấy sự việc xảy ra như thế, lòng lo sợ bị quả báo nên không dám giết chó ăn thịt nữa.

CẮT LƯỠI THÚ VẬT SINH CON KHUYẾT TẬT

Trong sách *Pháp Uyển Châu Lâm* có ghi: Đời Đường Cao Tổ, niên hiệu Vũ Đức, có một nông phu rất hung ác. Sáng nọ, như thường lệ ông ra thăm đồng ruộng. Từ xa, ông trông thấy con trâu của nhà hàng xóm đang nhởn nhơ ăn lúa và giẫm đạp lên đám ruộng tươi tốt của ông. Giận quá, ông chạy đến nắm chặt lấy đầu trâu, lấy dây dàm quấn vào lưỡi trâu rồi dùng sức kéo mạnh một cái. Tức thời, lưỡi con vật bị đứt lìa, trông tình trạng của con vật trông thật thê thảm, đáng thương. Miệng đầy máu tuôn ra xối xả, khua dậm chân nhìn thấy rất đau đớn, nhưng hình như biết lỗi nên không dám rên la. Mọi người thấy vậy đến vây quanh xem rất đông. Thấy thảm cảnh của con trâu, ai nấy đều chỉ trích sự tàn nhẫn của người kia.

Thời gian sau, người nông phu ấy lập gia đình, sinh được ba đứa con. Cả ba đứa trẻ đều bị câm. Mọi người nhân sự việc này mà xét đoán lý nhân quả. Bởi do lòng dạ tàn nhẫn mà ngay trong cuộc sống hiện tại của người nông phu kia bị chiêu cảm quả báo đau khổ như thế. Lý nhân quả không sai chạy chút nào.

NGƯỜI TÀN ÁC CHẾT ĐAU ĐỚN

Trước đây có một vị tri huyện họ Trương, đặc biệt thích ăn món chân ngỗng và trái tim của con dê còn sống.

Mỗi lần muốn ăn món chân ngỗng, trước tiên ông sai người bắt ngỗng bỏ vào chảo sắt, sau đó đốt lửa. Nhưng phải là lửa lớn thì chân ngỗng mới ngon. Do vậy, ngọn lửa từ dưới lò được quạt cháy dữ dội, đỏ rực một vùng. Thương cho con ngỗng bị sức nóng của lửa đốt, hoảng hốt nhảy loạn cả lên. Nó quạt đôi cánh cố vùng lên khỏi nắp chảo, xoay bên này, bên kia, miệng kêu la nghe rất thảm. Ban đầu con ngỗng còn phản ứng mạnh, nhưng dần rồi nó quằn quại trong lòng chảo nóng, đến nỗi không còn cất tiếng kêu được nữa. Đôi chân của nó bị đốt phồng to lên, máu toàn thân tụ về, đau đớn khôn xiết, nhưng đó là chỗ mà người đời cho là món ăn đặc biệt. Thế rồi, nó liền bị người cắt đứt đôi chân. Lại tiếp tục đun nấu cho đến khi toàn thân ngỗng đều chín tới.

Thử tưởng tượng như việc này mà xảy ra với chúng ta hoặc người thân của chúng ta thì quả là một cực hình không sao tưởng tượng nổi! Vậy mà có người lại nỡ làm như vậy với con vật chỉ vì một miếng ăn ngon. Thật tàn ác biết bao!

Còn khi muốn ăn món dê, thì ông bắt trói con dê treo trên đầu cây cột sau bếp. Rồi dùng dao đâm xuyên ngực, xương sườn của con dê, sau đó mới moi lấy trái tim dê đem đi nấu nướng. Con dê đau đớn kêu la thảm thiết! Tiếng kêu của nó nghe rất sầu não, đôi mắt ngoái nhìn quanh quất như tìm vị cứu tinh, hai chân lay động như muốn vượt khỏi xích xiềng.

Thế rồi, sau thời gian thụ hưởng như thế, thân của vị Tri huyện kia bỗng sưng phù lên, đầy mụn nhọt độc, chạy chữa thế nào cũng không hết, rên la đau đớn suốt ngày. Và tri huyện bị quả báo hiện tiền kia, mang chứng bệnh thống khổ hành hạ rất lâu mới chết.

NGƯỜI LÀM ÁC PHẢI BỊ CHẾT THÊ THẢM

Đời Thanh, niên hiệu Ung Chính, tại huyện Quỳ Hưng, tỉnh Triết Giang có người họ Ngụy thường theo nghiệp săn bắn. Người này dùng súng bắn chim thú và các loài ếch, nhái, rùa... rất giỏi, chuyên pha thuốc độc để giết cá, phá hủy tổ chim, sát sinh hại vật vô số kể, nghiệp ác của hắn thật không kể xiết.

Mọi người chung quanh thấy thế tìm đủ mọi cách khuyên nhủ, còn đưa ra những việc về nhân quả báo ứng, mong rằng ông Ngụy biết sợ hãi hối hận mà giảm bớt việc sát sinh. Nhưng ông Ngụy không những chẳng nghe lời khuyên bảo mà còn cười chê những lời ấy là vô căn cứ.

Càng về sau, ông ta tạo tội càng nhiều. Nhưng chẳng bao lâu, trên người ông mọc lên nhiều mụn nhọt độc, khắp thân phồng lên vô số bọc nước. Trong mỗi mụt nước có chỗ cứng như một viên sắt tròn. Tiếp đó da dẻ bị cháy sém, bắp thịt lở loét, ung mủ rồi dần dần thối rửa. Ông nằm trên giường bị bệnh khổ hoành hành, đau đớn kêu la không sao kể xiết. Căn bệnh kỳ lạ ấy hành hạ ông cho đến chết.

Sau khi ông Ngụy chết, bỗng đâu có vô số loài vật như cá, ếch, rùa, chim, lớp bò, lớp bay vào trong phòng mổ xé thi thể của ông mà ăn.

Người vợ của ông thấy thế buồn thương vô hạn. Song, nghĩ đến chồng mình đã giết hại biết bao chúng sinh, nên ngày nay phải bị nghiệp báo như thế. Bà không dám làm hại chúng nữa. Chỉ trong chốc lát, thi thể ông Ngụy đã bị các con vật ăn hết sạch, chỉ còn trơ lại một bộ xương trắng.

Ông Ngụy đã bị chết thê thảm lại thêm quả báo xấu là không có con để nối dõi phụng thờ. Thật là một việc đáng cho chúng ta suy xét mà ngăn ngừa tâm ác đối với loài vật.

LƯƠN TRẢ THÙ

Có người họ Lục ở Quý Châu, đã hơn 60 tuổi, rất thích ăn lươn. Ông thích đến nỗi mỗi bữa cơm hằng ngày nhất định phải có món lươn hầm thì mới chịu ăn và ăn rất ngon. Thật chua xót thay, để đổi lấy sự ngon miệng cho ông mà biết bao nhiêu con lươn đã bị sát hại.

Có một hôm, ông đến chợ mua lươn. Ông đòi chọn những con mập lớn. Bấy giờ, người bán lươn mới nhường cho ông tự chọn lấy. Ông Lục liền xắn tay áo thò vào chum mò bắt lươn, nào ngờ bầy lươn hè nhau cắn chặt vào cánh tay ông. Bị cắn đau, thêm phần hoảng sợ, nên sắc mặt ông tái xanh, té xỉu ngay xuống đất. Nhưng bầy lươn vẫn không chịu nhả ra, chụm thành một xâu đeo lủng lẳng trên tay ông.

Lúc ấy, người trong chợ vây quanh đứng nhìn rất đông. Con ông hay tin liền chạy đến, nhờ mọi người phụ khiêng ông về nhà. Trước tình cảnh ấy, người nhà của ông đành phải dùng dao cắt đứt mấy con lươn. Song, phần đuôi lươn thì rơi xuống, mà đầu lươn vẫn không chịu nhả rời cánh tay ông. Không biết trải qua thời gian bao lâu, chúng nó mới chịu nhả ra. Nhưng hỡi ôi! Trên cánh tay ông, chỗ bị lươn cắn đã không còn một chút thịt. Ông họ Lục rên la hồi lâu rồi tắt thở!

BẮT ẾCH BỊ QUẢ BÁO

Năm Đạo Quang thứ 16 (1836), ở Tô Châu có vị quan ra cáo thị nghiêm cấm việc bắt ếch.

Trong vùng có một nông dân tên Trương A Hỷ, vốn sinh sống bằng nghề bắt ếch, nên y vẫn lén lút bắt ếch đem bán. A Hỷ là người quê mùa ngu dốt, lại thêm bản tính hung bạo, ngang bướng. Có người thấy hắn làm nghề bị cấm nên khuyên nhủ: "Ếch là loài động vật bảo vệ cây nông nghiệp, rất có ích. Quan phủ đã dán cáo thị nghiêm cấm không cho bắt ếch, ông nên đổi nghề đi, còn có rất nhiều cách để sinh sống không phạm pháp, lại cũng không tổn hại lòng từ bi. Tội gì phải lén lút khổ sở như thế?"

Mặc dù được nhiều người thương tình khuyên bảo, nhưng A Hỷ vẫn không đổi nghề.

Một bữa nọ, sau trận mưa lớn, nước sông dâng lên cao, A Hỷ đến bờ sông bắt ếch. Vì vô ý nên trượt chân té xuống sông bị chết đuối. Hai ngày sau, thi thể hắn nổi phình lên mặt nước, có nhiều con ếch xanh bu trên thây chết tranh nhau cắn rỉa thịt. Cư dân ở gần thấy vậy rủ nhau đến xem rất đông. Tất cả đều sợ hãi mà bảo nhau rằng: "Có lẽ đây là quả báo hiện tiền do việc bắt giết ếch của hắn."

Cứ tưởng tượng lại hình ảnh khi hắn bắt ếch sống chặt đầu rồi lột da, ếch kia oằn oại lâu lắm mới chết. Sự đau đớn của những con vật ấy thật là vô kể. Nếu chúng ta là những con ếch ấy thì sự đau đớn về thân xác cũng như niềm oán hận trong lòng sẽ sâu đậm lắm, cho nên đối với việc ếch trả thù như thế cũng là lẽ đương nhiên. Song nhìn thấy người vì sát sinh hại vật, thương tổn lòng từ bi mà bị quả báo đến thế kia, thì chúng ta cũng không khỏi thượng xét lại mình mà dè dặt không nên để cho ba nghiệp tạo ác.

CỘNG NGHIỆP SÁT SANH

Cư dân sống quanh vùng Thái Hồ, thuộc tỉnh Triết Giang hầu hết đều sống bằng nghề lưới chim, bắt cá. Cứ thế, cha truyền con nối, hết đời này đến đời khác, mọi người đều quen với nghề nghiệp ấy và không hề nghĩ là mình đang sống trên sự khổ đau của loài vật.

Trong vùng ấy, riêng có gia đình ông Trần Văn Bảo lại thích làm việc lành. Mỗi khi thấy ai lưới chim, bắt cá, thấy mình đủ khả năng cứu giúp thì gia đình ông liền xuất tiền mua lại rồi đem phóng sinh, lại còn ân cần khuyên nhủ mọi người cùng nhau làm việc từ thiện. Ông thường nói rằng: "Chỉ một việc sát sinh đã làm thương tổn lòng từ bi, mất phước đức, giảm tuổi thọ, lại còn bị báo ứng rất đáng sợ, gần nhất là ngay trong đời này, xa nữa là trong nhiều đời sau."

Chuyện kể lại như sau: Đêm hôm ấy, có một người dân trong vùng đang trên đường ra chợ, chợt thấy có hai con quỷ, trong tay cầm rất nhiều lá cờ, vừa đi vừa nói với nhau: "Trừ gia đình ông Trần Văn Bảo ra, vì những người ấy thương người cứu vật, được miễn khỏi cắm cờ ngay nhà của họ, còn lại ta và ngươi cứ theo thứ tự cắm mỗi nhà một lá cờ."

Chỉ một thời gian ngắn sau đó, cả vùng ngư phủ đều bị bệnh dịch truyền nhiễm, có hơn 300 gia đình do bị bệnh dịch mà chết. Riêng gia đình ông Trần Văn Bảo không một ai bị bệnh cả. Cả đời ông Bảo làm việc thiện, lúc về già vẫn còn mạnh khỏe, sống rất thọ. Khi từ giã cõi đời, ông ra đi thật an nhiên tự tại.

ẾCH ĐÒI MẠNG

Năm Dân Quốc thứ nhất (1912), ở huyện Vô Vi thuộc tỉnh An Huy có một người thợ hớt tóc. Những bữa cơm hằng ngày của ông không bao giờ thiếu món thịt ếch. Vì thích ăn món thịt ếch mà ông đã giết không biết bao nhiêu con ếch vô tội.

Có một đêm, khi chuẩn bị lên giường ngủ, ông chợt thấy ếch nằm đầy giường, trên gối, mền cho đến trên cổ áo, tay áo của ông đều có ếch bu đông nghẹt. Ông ngồi dậy, bước ra ngoài nhóm bếp lửa đun một nồi nước sôi, bắt hết những con ếch ấy bỏ vào nồi nước sôi cho chết. Xong rồi, tiếp tục leo lên giường định ngủ. Nhưng lại thấy ếch cũng đầy giường như khi nãy, còn nhiều hơn nữa là khác! Ông lại tìm cách đánh xua đuổi, bắt ếch bỏ ra ngoài, nhưng không bắt xuể. Suốt đêm như vậy, hình ảnh những con ếch khiến ông không hề chợp mắt được.

Hôm sau, ông kể lại cho những người hàng xóm nghe sự việc lạ lùng này. Ngay khi ông đang thuật chuyện, bỗng la lên hoảng hốt: "Kìa, chúng nó lại đến, nhảy bám trên cổ tôi." Nói xong, dùng tay phủi lia lịa. Kỳ lạ là mọi người chung quanh lại không hề nhìn thấy ếch!

Chốc lát sau, ông lại la lên: "Kìa, ếch bu đầy trên đầu, trên mặt, trên mí mắt của tôi rồi!" Ông vừa phủi vừa chạy đi tìm dao cạo, cạo sạch cả lông mày, cả tóc trên đầu, mà vẫn chưa yên, cứ la ếch bu hoài!

Thật ra, nào có ếch bám trên đầu người ấy! Đây chỉ là ảo giác do ông giết hại quá nhiều ếch mà sinh ra đó thôi. Mọi người thấy ông không còn tự chủ, la sảng như vậy mãi, đều bảo nhau: "Chắc ông này bị điên rồi."

Từ đó, ngày ngày ông thường la khóc vang trời, ngày đêm hốt hoảng, không một lúc nào tỉnh táo. Gia đình ông vì thế cũng rối bời, bất an không dứt. Chứng bệnh kỳ lạ ấy hành hạ ông suốt 6 năm trời rồi chết.

SÁT SINH BỊ NƯỚC CUỐN

Cư dân ở vùng Giang Tô, Nhuận Châu chuyên nghề đánh cá sinh nhai. Họ sống bằng nghề sát sinh như thế đã nhiều đời, tập nhiễm thành tính ác. Mỗi ngày, mọi người đều bắt ếch, bắt ốc, chài cá làm thức ăn, người lớn dạy trẻ em biết cầm dao để chặn bắt ếch. Người dân vùng này lấy sát sinh làm sở trường, đồng thời nuôi dưỡng, dạy dỗ con cháu như thế.

Nhưng lạ một điều là trong vùng lại có một bà lão họ Khổng, tính thương người thương vật, tuổi đã 70 vẫn còn lao nhọc dệt vải kiếm sống qua ngày và dành tiền mua vật phóng sinh. Bà thường khuyên mọi người giảm bớt việc sát sinh hại vật, đem hết khả năng của mình cứu loài vật được đến đâu hay đến đó. Bà nói: "Hãy tránh giết loài trùng, kiến, ốc, nhái... Chớ cho đó là việc thiện nhỏ. Mọi người cần phải có tâm từ bi, thương xót mạng sống loài vật chung quanh. Nếu người trong thôn này cứ mãi sát sinh hại vật, thì mai sau ắt không tránh khỏi quả báo nặng nề."

Đời vua Càn Long, sáng ngày mùng 9 tháng 9 năm Ất Dậu, bờ đê sông Hoàng Hà bị sạt lở, nước tuôn tràn vào những vùng lân cận, gây tai họa khủng khiếp, trong đó có thành Nhuận Châu. Cả thành Nhuận Châu đều bị chìm trong biển nước. Nhà cửa, ruộng vườn, trâu bò... vô số kể đều chịu chung số phận nước cuốn trôi. Người, vật chết nổi phình lên giữa biển nước mênh mông, không biết đâu là bờ.

Trước đó một ngày, người trong thôn nhìn thấy Khổng bà bồng đứa cháu nhỏ trong nhà đi đến ngôi chùa trên núi cao, vào điện lễ Phật rồi xin ở lại qua đêm. Nhờ vậy, bà thoát được tai nạn hãi hùng này. Phải chăng, chính nhờ lòng nhân từ, yêu thương loài vật của bà Khổng đã giúp bà được an lành không phải chịu chung quả báo khủng khiếp của cả vùng?

CON BA BA ĐÒI MẠNG

Miền nam tỉnh Giang Tô có một vị phú ông, tiền của nhiều đến ức vạn, cuộc sống xa hoa, lại thích ăn món ngon vật lạ. Một hôm, nhà ông chuẩn bị tổ chức yến tiệc linh đình, người đầu bếp đi chợ mua về một con ba ba lớn. Lúc chuẩn bị giết con ba ba ấy, nhìn thấy con vật chảy nước mắt, người đầu bếp không nỡ xuống tay, liền bẩm với chủ nhân hết sự tình và xin thả con vật. Phú ông chẳng những không thương xót, trái lại nổi giận tự cầm dao chặt đứt đầu con ba ba. Lưỡi dao sắc bén, nên chỉ một nhát là đầu con ba ba đứt lìa khỏi cổ. Nhưng việc xảy ra ngoài dự đoán đến không ngờ. Là cái đầu con ba ba lại nhảy lên bám chặt trên sàn nhà bếp. Ông và người đầu bếp đều kinh dị, nhưng vì đang chuẩn bị tiệc lớn nên cũng bỏ qua, cứ để đầu con ba ba trên sàn nhà như vậy, định sau rồi hãy tính.

Khi thịt của con vật chế biến thành thức ăn thơm ngon, được chia thành hai dĩa dọn lên bàn tiệc. Ai nấy nghe mùi thơm đều thích chí đồng ăn Song đến khi phú ông gắp đũa thịt thứ nhất ăn rồi, lập tức nhức đầu, hoa mắt, xây xẩm và hôn mê bất tỉnh. Ông lại thấy cái đầu ba ba trên sàn nhà nhảy tới, nhảy lui trước mặt ông. Người nhà đưa ông vào phòng nghỉ, ông cũng lại thấy giường, nệm, màn, mùng ... nơi nào cũng có cái đầu của con ba ba. Ông còn lải nhải một mình: "Ở đâu mà có đến ngàn vạn đầu con ba ba cắn vào mình mẩy, tay chân của tôi, làm cho đau nhức đến tận xương tủy." Ông lải nhải như thế suốt ba ngày đêm, cuối cùng chịu không nổi sự đau đớn nên tắt thở mà chết.

QUẢ BÁO HIỆN TIỀN

Trong quyển bút ký của tiên sinh Ký Hiểu Lam có ghi câu chuyện: "Quê tôi có một người họ Cổ, tướng mạo xấu xí, thân hình to lớn, sống bằng nghề mổ giết trâu. Vợ con của ông cũng rất giỏi nghề này. Cách sử dụng dao của bà cũng nhanh nhẹn như ông không khác. Ngày qua tháng lại, cuộc sống của gia đình ông được sung túc ấm no. Nhưng ngậm ngùi thay, sự êm ấm, no say của họ được đổi bằng nỗi bất hạnh của những con vật bị giết.

Thời gian sau, mắt ông Cổ bị đau nhức nhiều, tìm hết thầy này thầy nọ chữa trị, tiền của hao tổn mà vẫn không hết, lần hồi ông không nhìn thấy được gì nữa. Đôi mắt ông đã mù.

Riêng phần vợ ông lại bị chứng bệnh lở loét hôi dơ. Máu mủ ung đầy, chảy ra tanh hôi, quần áo bị dính chặt vào người, hễ động đậy là đau nhức không chịu nổi. Suốt ngày rên la trên giường không nghỉ, lảm nhảm nói: "Đây là do lúc trước ta cắt cổ và lột da trâu, chúng đau đớn thế nào thì nay ta phải chịu gấp đôi như vậy. Ôi! Biết bao giờ mới khỏi cực hình này." Nói xong, rên la liên tục suốt ngày đêm. Mọi người đến thăm, thấy tình cảnh ấy cũng thương tình, nhưng không biết làm sao!

Thế rồi, sau thời gian bị hành hạ vì chứng bệnh quái ác, bà nhắm mắt lìa đời trong đau đớn, hãi hùng.

Việc này đã được cô con dâu nhà họ Thẩm chính mắt trông thấy và kể lại.

Ôi! Nghiệp giết hại loài vật tội báo rất nặng. Xét như con trâu thật có công rất lớn đối với con người, đã giúp chúng ta biết bao việc nặng nề, vì sao lại giết trâu ăn thịt? Quả báo hiện tiền, nhân quả không sai chạy, rất mong mọi người hãy để tâm suy nghĩ việc này thật thấu đáo.

CẮM ĐẦU VÀO NỒI VÌ BẠO SÁT

Có một người làm nghề đồ tể ở huyện Lâm Thanh, Đông Sơn. Một hôm, người ấy đem tiền mua một con trâu. Con trâu linh tính tự biết mình sẽ bị giết chết nên đứng hoài không chịu đi. Người kia nắm dây mũi kéo mạnh rồi đánh con trâu túi bụi, con trâu cố né đòn roi và nhất định không đi, cho đến khi sức gượng yếu dần, thế rồi để mặc cho người đồ tể kia kéo lôi quát tháo.

Khi con trâu đi ngang trước cửa nhà phú hộ, nhìn thấy người chủ của nhà ấy, bỗng nhiên hai chân quỳ xuống, nước mắt chảy đầm đìa, như muốn xin người kia cứu mạng. Ông phú hộ thấy tình cảnh như thế, cảm động vô cùng, hỏi người đồ tể đã mua con trâu này với giá bao nhiêu? Đáp: Tám vạn quan tiền. Ông phú hộ ngỏ ý mua lại con trâu ấy để cứu mạng nó. Nhưng người đồ tể vì giận con trâu quá ương ngạnh, trì trệ không đi, làm ông mệt nhọc, nên nhất định không bán. Phú ông cứ năn nỉ mãi, song người ấy một mực từ chối, còn nói: "Bởi vì con trâu này đáng ghét, nên tôi nhất định đem nó về làm thịt mới hả giận của tôi." Con trâu nghe lời người đồ tể nói, biết không còn hy vọng nào sống sót, liền từ từ bước đi theo ông.

Người đồ tể giết trâu xong, đem thịt trâu bỏ vào trong nồi chưng nấu, rồi về phòng ngủ một giấc. Đến 3 giờ sáng ngày hôm sau mới đi xuống bếp nếm thử vị mặn lạt của nồi thịt trâu, nhưng đi lâu rồi mà chưa trở lại phòng ngủ tiếp. Vợ người đồ tể thấy kỳ lạ, nên đi tìm. Vừa bước xuống nhà sau, bà ấy liền hoảng kinh hồn vía. Trời ơi! Nửa phần trên của chồng bà đã đâm đầu vào trong chảo, bị chưng nấu chung với nồi thịt trâu.

Thử nghĩ xem! Tất cả loài động vật cũng như con người đều tham sống sợ chết, thấy con trâu sợ hãi khi biết mình sẽ bị giết, đồ tể đã không có lòng thương xót, trở lại còn thêm lòng sân hận, ắt là nghiệp sát của người đồ tể này quá nhiều. Khi ấy, nỗi oán hận trong lòng của con trâu, rõ ràng thêm sâu. Hai nỗi sân hận đồng cảm với nhau, nên đồng chung số phận bị chưng nấu.

GIẾT HEO BỊ QUẢ BÁO THẢM KHỐC

Tại trấn Bà Đầu, huyện Hợp Phì, tỉnh An Huy, có người tên là Tuyên Tứ, hành nghề mổ heo đã hơn

20 năm. Ông tạo được 3 căn nhà: một căn để ở, còn hai căn kia thì cho người thuê, cộng thêm 200 mẫu ruộng.

Cứ vào lúc 3 giờ sáng mỗi ngày, Tuyên Tứ dậy nấu nước làm heo, vợ ông cũng thức dậy phụ chồng. Vừa ra ngoài nhà sau, người vợ thấy trong chuồng heo có dáng 2 người đàn bà nằm. Bà dụi mắt nhìn kỹ mấy lần, cũng vẫn thấy như thế. Lúc ấy, sợ quá bà liền đi tìm chồng thuật lại sự việc, còn nói thêm một câu: "Thôi mình hãy tìm nghề khác đi." Ông không tin còn cười nhạo bà.

Người vợ lấy con dao mổ heo ném vào trong cầu tiêu. Nên hôm ấy, Tuyên Tứ không thể giết heo, nhưng vẫn không hề có tâm đổi nghề.

Hôm sau, người vợ mời hết thảy gia tộc đến thưa là nếu Tuyên Tứ không đổi nghề thì bà sẽ chia tay. Tuyên Tứ chấp nhận chia tay, chứ không bỏ nghề.

Thế rồi, hai người chia đôi gia sản. Người vợ mang đứa con ra riêng nuôi dưỡng. Chỉ thời gian sau, đứa con mà hai vợ chồng yêu thương lại qua đời. Đến đây, Tuyên Tứ mới có một chút niềm hối hận. Vì buồn việc đứa con mất sớm, nên Tuyên Tứ đem tiền của dành dụm nướng vào trong cờ bạc. Cuối cùng, tất cả gia sản đều tiêu tan như mây khói. Ông lại mua mấy con heo nuôi để xây dựng lại sự nghiệp nhưng đều thất bại cả. Một tháng sau, miệng mũi của ông lúc nào cũng tuôn máu mủ, đau đớn vô cùng, nằm kêu la suốt ngày đêm như bị người thọc dao vào yết hầu vậy. Mãi một năm sau, ông mới chết.

GIẾT DÊ BIẾN THÀNH DÊ

Tại huyện Thường Thục, tỉnh Giang Tô, có người họ Tiết tên Khánh Quan, chuyên sinh sống bằng nghề giết dê, nhà rất giàu có sung túc. Hàng ngày, cứ vào lúc 3 giờ sáng là ông đã thức dậy nấu nước sôi để làm thịt dê. Mặc cho những con dê hoảng sợ, kêu la thống thiết, ông vẫn thản nhiên cầm dao đâm tới. Nhiều người thấy nghe cảnh tượng đau lòng đó, không nhẫn tâm nhìn thêm nữa. Bạn bè thân tình cũng hết lời khuyên ông đổi nghề, nhưng ông nào có nghe. Trải qua 10 năm tạo nghiệp, số dê đã bị ông giết không biết là bao nhiêu nữa.

Làm ác mà không thấy hối hận, nên quả báo xấu cuối cùng cũng đến. Khi Tiết Khánh Quan hơn 40 tuổi, bị một chứng bệnh kỳ quái, tìm thầy chữa trị biết bao nhưng vẫn không thuyên giảm, đến nỗi gia tài hao mòn, lần hồi kiệt quệ mà bệnh không thuyên giảm, lại còn sinh thêm biến chứng.

Mũi của ông tự nhiên dài ra, rồi mặt từ từ biến thành mặt dê, rất đáng sợ. Ông vô cùng khổ sở, trốn tránh tất cả mọi người, ngày đêm hoang mang sầu thảm, lo không biết còn điều gì xảy ra nữa đây! Những đêm khuya lăn lộn vì chứng bệnh hoành hành, bấy giờ ông mới nghĩ đến lý nghiệp quả báo ứng, nên khuyên bảo gia đình bỏ hết đồ nghề giết dê và đổi nghề sinh sống.

Năm sau, ông ta mang 300 lượng vàng cùng với người láng giềng đi đến tỉnh An Huy mua gạo về bán. Trong lúc đi đường, vì vô ý nên ông bị té xuống sông chết. Người nhà cố tìm vớt thi hài nhưng không thấy.

MỤC LỤC

Lời thưa

Trong kinh Pháp Cú, đức Phật dạy rằng: "Pháp thí thắng mọi thí." Thực hành Pháp thí là chia sẻ, truyền rộng lời Phật dạy đến với mọi người. Mỗi người Phật tử đều có thể tùy theo khả năng để thực hành Pháp thí bằng những cách thức như sau:

1. Cố gắng học hiểu và thực hành những lời Phật dạy. Tự mình học hiểu càng sâu rộng thì việc chia sẻ, bố thí Pháp càng có hiệu quả lớn lao hơn. Nên nhớ rằng **việc đọc sách còn quan trọng hơn cả việc mua sách**.

2. Phải trân quý kinh điển, sách vở in ấn lời Phật dạy. Khi có điều kiện thì mua, thỉnh về nhà để tự mình và người trong gia đình đều có điều kiện học hỏi làm theo. Không nên giữ làm của riêng mà phải sẵn lòng chia sẻ, truyền rộng, khuyến khích nhiều người khác cùng đọc và học theo. Không nên để kinh sách nằm yên đóng bụi trên kệ sách, vì **kinh sách không có người đọc thì không thể mang lại lợi ích**.

3. Tùy theo khả năng mà đóng góp tài vật, công sức để hỗ trợ cho những người làm công việc biên soạn, dịch thuật, in ấn, lưu hành kinh sách, **để ngày càng có thêm nhiều kinh sách quý được in ấn, lưu hành**.

Thông thường, việc chi tiêu một số tiền nhỏ không thể mang lại lợi ích lớn, nhưng nếu sử dụng vào việc giúp lưu hành kinh sách thì lợi ích sẽ lớn lao không thể suy lường. Đó là vì đã giúp cho nhiều người có thể hiểu và làm theo lời Phật dạy. Mong sao quý Phật tử khắp nơi đều lưu tâm đóng góp sức mình vào những việc như trên.

TINH YẾU THỰC HÀNH PHÁP THÍ

- ***Mua thỉnh kinh sách về đọc, tự mình sẽ được rất nhiều lợi ích.***
- ***Chia sẻ, truyền rộng bằng cách cho mượn, biếu tặng kinh sách đến nhiều người thì lợi ích ấy càng tăng thêm gấp nhiều lần.***
- ***Đóng góp công sức, tài vật để hỗ trợ công việc biên soạn, dịch thuật, giảng giải, in ấn, lưu hành kinh sách thì công đức lớn lao không thể suy lường, vì có vô số người sẽ được lợi ích từ việc lưu hành kinh sách.***

www.ingramcontent.com/pod-product-compliance
Lightning Source LLC
LaVergne TN
LVHW101948220826
846093LV00006B/143

* 9 7 9 8 2 1 5 3 4 4 6 2 0 *